आयुर्वेद

भारताला प्राप्त दैवी देणगी

श्री. संजीव पेंढारकर

Made with ♥ on the Notion Press Platform
www.notionpress.com

माझे आजोबा म्हणजे जगा करताचे, श्रीयुत केशव विष्णू पेंढारकर, यांनी विको च्या पाया घालून रसायनाच्या विळख्यात अडकलेल्या जगाला आयुर्वेदाची नव्याने ओळख करून दिली, व त्यांच्या बरोबर आणि त्याच्यानंतर माझे वडील म्हणजे श्री गजानन केशव पेंढारकर आणि माझे चारही काका यांनी हा व्यवसाय समर्थपणाने पुढे नेत त्यांच्या पुढच्या म्हणजे आमच्या पिढीला व्यावसायिक म्हणून घडवलं यामुळेच आज मी आयुर्वेदाबद्दलचे हे विचार जगासमोर मांडू शकलो आहे यासाठी माझी ही सर्व लेखनाची कृती, माझ्या आजोबांना माझ्या वडिलांना आणि माझ्या काकांना सादर समर्पित!

अनुक्रमणिका

प्रस्तावना

श्री. संजीव पेंढारकर यांचा विको बद्दलचा अनुभव प्रगाढ आहेच, पण त्याचबरोबर त्यांचा समाजाकडे पाहण्याचा दृष्टिकोन आणि समाजाला समजून घेण्याचा दृष्टिकोन हा पण अतिशय प्रगल्भ आहे.

आयुर्वेद हा तर त्यांच्या 'विको'चा पायाच आहे, त्यामुळे त्यांचा स्वतःचा आयुर्वेदाचा अभ्यासही अतिशय सखोल आहे. या सर्वांचा परिपाक म्हणून त्यांनी अनेक वृत्तपत्रांमध्ये अनेक लेख लिहिले आहे आणि त्यातीलच काही लेख संग्रहित करून पुस्तक रूपाने हे त्यांचे पुस्तक प्रकाशित होत आहे.

या पुस्तकात सामान्य माणसाला उपयोगी पडतील अशा अनेक गोष्टी मिळण्यासारखे आहे कारण आयुर्वेद हा आपल्याला रसायनापासून दूर ठेवून स्वतःच्या जवळ कसा आणतो आणि त्याच्याचमुळे आयुर्वेदाच्या मदतीने आपण उत्तम स्वास्थ्य कसे मिळवू शकतो, याबद्दल अनेक छोट्या मोठ्या सूचना ज्या सामान्य माणसं रोजच्या जीवनात अंगीकारू शकतात त्या वाचकांना इथे बघायला मिळतील.

थोडक्यात हे पुस्तक वाचणाऱ्यांचे आणि त्यातील सूचना अमलात आणणाऱ्यांचे औषधांवरचे खर्च बऱ्याच प्रमाणात घटणार आहेत व त्यांना उत्तम स्वास्थ्य मिळणार आहे हे निश्चित!

डॉ. रेखा काळे

नांदी, प्रस्तावना

माझा जन्म अशा एका उद्योजक घराण्यात झाला जिथे एकत्र कुटुंबाचे महत्व पटल्यानेच एकत्र कुटुंब आदराने जोपासले जाते. लहानपणापासूनच एकत्र कुटुंब पध्दतीचे फायदे आम्ही अनुभवले आहेत. माझ्या आजोबांनी म्हणजे कै. केशव विष्णु पेंढारकर यांनी आयुर्वेदाचे जीवनातील महत्त्व ओळखले होते.

त्या काळातही, जेव्हा मध्यमवर्गीय नोकरी करायचा विचार प्रथम करत असे, तेव्हा नोकरी न करता, स्वतःचा व्यवसायच करायचा ही खूणगाठ त्यांनी मनाशी बांधली होती.

सामान्य कुटुंबात जन्म झालेल्या माझ्या आजोबांनी समाजस्वास्थाचे उद्दिष्ट डोळ्यांपुढे ठेवून समाजोपयोगी आयुर्वेदिक उत्पादनांची निर्मिती करण्याचा चंग बांधला.

म्हणजेच यावेळी अर्थात् एका मराठी माणसाने, अशा प्रकारचे व्यापक उद्दिष्ट डोळ्यांपुढे ठेऊन आपल्या कुटुंबासाठी तसेच आपल्या समाजासाठीही फार मोठा दूरदृष्टीचा पायंडा पाडला होता, हे स्पष्ट होते. मागील पिढ्यांचे ऋण हे असे असते.

कै. केशव विष्णू पेंढारकर यांनी आयुर्वेदाचे मानवी जीवनातील अनन्य साधारण महत्त्व ओळखले आणि त्याचा शुद्ध स्वरूपात वापर करून लोकांचे आयुष्य आरोग्यपूर्ण आणि सुखद बनवले.

आज विकोची उत्पादने केवळ आपल्या देशापुरती मर्यादीत न राहाता सातासमुद्रापार जगभरात प्रसिद्ध झालेली आहेत.

"**विको**" हा आज यशस्वी ब्रँड आहे, त्यामागे माझ्या आजोबांची दूरदृष्टि, आयुर्वेदावरची निस्सीम अढळ श्रद्धा आणि त्यासाठी त्यांनी घेतलेली अविश्रांत मेहनत व सोसलेले अपार कष्ट आहेत.

आमच्या आजोबांच्या नंतर माझे वडिल कै. गजानन केशव पेंढरकर आणि माझे सर्व काका यांनी देखील आयुर्वेदावर भर दिला व आयुर्वेदाचा हा दैवी आशीर्वाद जगभर समर्थपणे पोहोचवायचा चंग बांधला, आणि आज अर्धं जग अभिमानाने विको वापरतं!

संपूर्ण जगाला आयुर्वेदाचे महत्त्व आज पटलेले आहे. त्यामुळेच आज जगभरात आयुर्वेदिक उत्पादने आवर्जून वापरली जातात, कारण 'जे शाश्वत असतं तेच कायम टिकतं'.

निसर्गाने बहाल केलेली वन-संपदा, त्यातील औषधी वनस्पती, त्यांचा नेमका व पुरेपूर वापर, हेच तत्त्व विकोनं कायम अंगिकारलं आहे, याचा प्रत्यय विकोच्या प्रत्येक उत्पादनात ग्राहकांना येतो.

'All that glitters is not Gold' अर्थात 'जे चमकते ते सारे सोने नसते' त्यामुळे बाह्य देखाव्याला भुलण्यात काही अर्थ नसतो.

एकदा फसगत झाली की पुन्हा निसरड्या वाटेकडे कोणी फिरकत नाही. जिथे आरोग्याचा म्हणजेच आपल्या जीवन मरणाचा संबंध येतो तिथे कोणतीही तडजोड करू नये कारण 'जीवन हे अमूल्य आहे'.

आमचा जन्म जरी उद्योजक घराण्यात झाला असला तरीही घरातील वातावरण मात्र पूर्णतः सामान्य मराठीच होते. जेष्ठांचा सक्रिय सहभाग आमच्या व्यवसायात नेहमीच होता. त्यामुळेच कुटुंबातल्या आमच्या पिढीतल्या आम्हा सर्व मुलांवर बालपणापासून कळत नकळत व्यवसायाचे संस्कार घडत गेले. विको परिवारात आयुर्वेदाचे स्थान कायम अढळ स्वरूपी राहील. आरोग्याची गुरुकिल्ली आम्ही नेहमीच सांभाळून ठेवली आहे. तो आमचा वारसा आहे.

अतिसामान्यांपासून ते असामान्यांपर्यंत सर्व घराघरात विको उत्पादनांनी अढळ स्थान पटकावले आहे. विकोच्या प्रवासातल्या काही संस्मरणीय घटना व मनोरंजक गोष्टी मी इथे सांगणार आहे. 'आरोग्य' हा विषय केवळ व्यक्तीच्या शरीराशी संबंधित नाही, शारिरीक व मानसिक आरोग्याचा परिणाम प्रत्येक व्यक्ती, घटना व समाज या सर्वांवर होत असतो.

श्री. संजीव पेंढारकर

संचालक,

विको लॅबोराटरीज

1

देही आरोग्य नांदते!

"देही आरोग्य नांदते भाग्य नाही या परते!" आरोग्याविषयी इतके यथार्थ वर्णन दुसरे कोणतेच नसावे. केवळ सहाच शब्दांत आरोग्य आणि व्यक्तीचे भाग्य यांचा संबंध किती अतूट आहे यांचे महत्त्व येथे अधोरेखित केलेले आहे.

आदिमानवांपासूनच आपण आरोग्यविषयक काळजी घेत आलेलो आहोत. प्रकृतीची हेळसांड करून जमणार नाही याचे उपजत ज्ञान गुहेमध्ये राहणाऱ्या अप्रगत मानवांकडे होते, तसेच ते वन्य जीवांकडेही होते. त्यामुळेच खरतर निसर्ग नियमाला अनुसरून जीवनशैली विकसित होत गेली. जगामध्ये उत्क्रांती होत गेली आणि मानवी जीवनाच्या राहणी मानांत झपाट्याने बदल घडून आले. याचाच अर्थ काळ कोणताही असेना 'आरोग्य' हा विषय मानवाच्या केंद्रस्थानी होता , आहे आणि कायमस्वरूपी राहील !

'आरोग्य' म्हणजे नेमक काय ?

तर 'एखाद्या व्यक्तीची शारीरिक, मानसिक, सामाजिक दृष्टीने व्यवस्थित आणि रोगमुक्त होण्याची अवस्था म्हणजे आरोग्य' किंवा 'आरोग्य म्हणजे शरीर आणि मन व्यवस्थित असणे म्हणजेच आपल्याला कोणताही रोग, आजार किंवा वेदना नसणे'. वरील व्याख्या ढोबळ मनाने सर्वांना माहीत असतात.

प्राचीन काळापासून ते आताच्या अती-प्रगत(Ultra Modern) युगात देखील हा विषय अत्यंत जिव्हाळ्याचा, आवडीचा, काळजीचा ठरलेला आहे. केवळ व्यक्तिगत जीवनाचा नव्हे तर सामाजिक जीवनाचा सुदृढ आरोगेय हा एक भरभक्कम पाया आहे.

सर्वार्थाने आरोग्यपूर्ण असणारा समाज हा सदैव प्रगतीपथावर राहणारच यात कोणतेही दुमत नाही. शारीरिक स्वास्थ्याचा विचार करता हल्ली सगळेच ‘आरोग्यविषयी जागरूक’ (Health Consious) झालेले दिसत आहेत ही समाधानाची बाब आहे.

प्रत्येक व्यक्तीचे जीवन आरोग्यपूर्ण असणे ही केवळ त्या व्यक्तीसाठीच नव्हे, तर तिच्या कुटुंबासाठी, तिच्या समाजासाठी आणि पर्यायाने संपूर्ण राष्ट्रासाठीही अत्यंत महत्त्वपूर्ण बाब असते.

आपली कार्यक्षमता आपल्या आरोग्यावर अवलंबून असते. शारीरिक आरोग्यासोबतच मानसिक स्वास्थ्य पण ठीक असावे लागते. तसेच समाजाचे स्वास्थही चांगलेच असायला हवे. शारिरीक, मानसिक व सामाजिक स्वास्थ्याचा परिणाम व्यक्तीच्या जडणघडणीवर होत असतो. थोडक्यात संतुलित आरोग्य ही शारीरिक, मानसिक, सामाजिक संतुलनाची स्थिति असते. प्रवास करताना, रस्त्यावरच्या साईनबोर्डवर बऱ्याचदा आपण ‘नजर हटी दुर्घटना घटी’ हे वाचले असेल. हेच व्यवधान आरोग्याच्या बाबतीत आपण सर्वांनी पाळायला हवे. हा आरोग्याचा मुद्दा पटावा म्हणून अगदी साधे उदाहरण पाहू.

आपल्या घरातील दुचाकी अथवा चार चाकी वाहन घेऊ. भरपूर पैसे खर्च करून आपण हौसेने वाहन घेतो. या वाहनाची अंतर्गत संरचना, बाह्य संरचना व्यवस्थित आहे की नाही याची आपण पडताळणी करत असतो जसे चाक, ब्रेक्स , इंजिन, पेट्रोल टाकी, काचा, सुस्थितीत आहेत की नाही, ते जर परस्परांस पूरक असतील तरच ती गाडी कार्यक्षम राहू शकेल, वेगाने पळू शकेल. पण समजा यातील एखादी गोष्ट बिघडली असेल तर त्याचा उपयोग होईल का ? वारंवार बिघाड निर्माण झाल्यामुळे गॅरेजमध्ये न्यावी लागणारी गॅरेजमध्येच पडून असणारी गाडी आणि दवाखान्याचे हेलपाटे घालणारी व्यक्ति अथवा हॉस्पिटलमध्ये अडमिट असणारी व्यक्ति सारख्याच नाहीत का?

एखाद्या कर्त्यासवरत्या व्यक्तीचे आरोग्य बिघडले की त्याचा परिणाम त्या व्यक्तीच्या वैयक्तिक, कौटुंबिक जीवनावर होतो. याबाबतीत त्या कुटुंबाला किती दुष्परिणाम भोगावे लागतात याची कल्पनाही करवत नाही.

'जावे त्यांच्या वंशा' हेच खरे!

८४ लक्ष योनीच्या फेऱ्या पार पाडल्यानंतर मनुष्याला मानव जन्म प्राप्त होतो, असे आपले अध्यात्म सांगते. परंतु 'मोक्ष प्राप्ती' ही केवळ मनुष्य जन्मातचं मिळू शकते. कारण प्रगल्भ मेंदू आणि बुध्दीचं वरदान हे केवळ मनुष्यालाच प्राप्त झालेले आहे. त्यामुळे इतर प्राणिमात्रांपेक्षा वैचारिक प्रगल्भता मनुष्याकडे जास्त आहे म्हणून आपण सर्वश्रेष्ठ आहोत.

आपली शारीरिक तंदुरुस्ती ही किती महत्त्वपूर्ण आहे याची जाणीव केव्हा होते? जेव्हा आपण खूप दिवस आजारी पडतो आणि भरमसाठ पैसा घालवूनही आपल्याला बरं वाटत नाही. अशा वेळीच प्रकृतीचं महत्त्व पटतं.

पायाच्या नखापासून ते डोक्यावरील केसांपर्यंत कोणत्याही व्याधी आपले मानसिक संतुलन बिघडवू शकतात. परिणामी कशातही लक्ष लागत नाही, कामकाजातील लक्ष उडून जाते. याचा विपरीत परिणाम सर्व बाबींवर जाणवायला लागतो. आपली दैनंदिन जीवनाची घडी अगदी विस्कटून जाते.

म्हणूनच आरोग्याची काळजी सर्वांनी घ्यावयास हवी. 'Prevention is better than Cure' हे सूत्र लक्षात ठेवून प्रतिबंधात्मक उपाय योजना नेहमी वेळीच करायच्या असतात. अगदी सर्व काळजी घेऊनही एखादी समस्या उद्भवली तर तिचा सामना करावा.

मनाचे सामर्थ्य फार मोठे असते. खंबीर मन आणि सकारात्मक दृष्टिकोण असल्यास आपल्याला कोणत्याही कठीण अथवा आपत्तिजनक परिस्थितीतून सहज बाहेर पडता येऊ शकते.

'नमनालाच घडाभर तेल' असं व्हायला नको, परंतु हे सांगणे गरजेचे आहे म्हणून येथे सांगावेसे वाटले कारण आपल्या विशेषतः समाजात अशा चर्चांची फार गरज आहे.

संपूर्ण जगाला आयुर्वेदाचे महत्त्व आज पटलेले आहे. त्यामुळेच आज जगभरात आयुर्वेदिक उत्पादने आवर्जून वापरली जातात, कारण 'जे शाश्वत असतं तेच कायम टिकतं'.

निसर्गाने बहाल केलेली वन-संपदा, त्यातील औषधी वनस्पती, त्यांचा नेमका व पुरेपूर वापर, हेच तत्त्व विकोनं कायम अंगिकारलं आहे, याचा प्रत्यय विकोच्या प्रत्येक उत्पादनात ग्राहकांना येतो.

'All that glitters is not Gold' अर्थात 'जे चमकते ते सारे सोने नसते' त्यामुळे बाह्य देखाव्याला भुलण्यात काही अर्थ नसतो.

एकदा फसगत झाली की पुन्हा निसरड्या वाटेकडे कोणी फिरकत नाही. जिथे आरोग्याचा म्हणजेच आपल्या जीवन मरणाचा संबंध येतो तिथे कोणतीही तडजोड करू नये कारण 'जीवन हे अमूल्य आहे'.

'आरोग्य' हा विषय केवळ व्यक्तीच्या शरीराशी संबंधित नाही, शारिरीक व मानसिक आरोग्याचा परिणाम प्रत्येक व्यक्ती, घटना व समाज या सर्वांवर होत असतो, आणि असं आरोग्य जेव्हा आपल्या देहात संतुलितपणे नांदतं तेव्हाच जीवन सार्थकी लागतं.

सुखाचं रहस्यः आरोग्यपूर्ण जीवन!

2

चेहरा हाच मनाचा आरसा!

व्यक्तींचे आरोग्य हे केवळ शरीरापुरतेच मर्यादित राहत नाही. इतर घटकांचा त्यावर परिणाम होत असतो. एखादी व्यक्ति जेव्हा तुम्हाला प्रथमच भेटते तेव्हा आपली नजर स्वाभाविकपणे चेहऱ्याकडे वळते. 'चेहरा हा मनाचा आरसा' असतो'. त्यामुळे फर्स्ट इम्प्रेशन पडताना चेहरा महत्त्वाची भूमिका बजावतो. आपल्याकडे हिन्दी चित्रपटात चेहरा अर्थात सूरत यावर असंख्य गाणी आहेत.

"तेरे चेहरेसे नजर नही हटती, नजरे हम क्या देखे" किंवा "तेरी प्यारी प्यारी सूरत को किसीकी नजर ना लगे" आणि "तेरे चेहरेमे वो जादू है" अशी हिन्दी सदाबहार गाणी त्या काळात आणि आजही रसिकांच्या मनावर मोहिनी घालतात. या गाण्यांचा मुख्य विषय प्रामुख्याने चेहरा व अनुषंगाने येणारे सौन्दर्य हाच आहे.

संपूर्ण व्यक्तिमत्त्वात चेहरा ही आपली पहिली ओळख ठरते, म्हणून आपण आपल्या दिसण्याबाबत सतर्क असतो. अनेक बऱ्यावाईट गोष्टींचा परिणाम आपल्या त्वचेवर होताना आढळतो. त्वचा ही आपल्या शरीराचे संरक्षक कवच आहे. त्यामुळे त्वचा स्वच्छ आणि सुरक्षित ठेवणे हे अत्यंत महत्त्वाचे आणि जिकीरीचे काम आहे.

बदलत्या वातावरणाचा पहिला परिणाम सर्व प्रकारच्या त्वचेवर होतो आणि त्यातून अनेक समस्यांचा जन्म होतो. त्वचा साधारणपणे कोरडी, तेलकट आणि सामान्य प्रकारची असते. प्रत्येकालाच अशी त्वचा प्राप्त झालेली असते.

आरोग्यपूर्ण तेजस्वी त्वचा केवळ शरीरासाठीच नव्हे तर समाजात वावरतानाही फार महत्त्वपूर्ण ठरते. म्हणून तर आपण सर्वजण आपल्या दिसण्याबाबत फार जागरूक असतो. आपल्या चेहऱ्यातील त्वचे संदर्भातील कोणतेही वैगुण्य आपली झोप उडवू शकते.

त्वचेची नियमित काळजी घेणे, त्वचेची आर्द्रता राखणे हे अत्यंत महत्त्वपूर्ण घटक आहेत. सतेज, सुंदर त्वचा तुमच्या व्यक्तिमत्वाचा स्तर उंचावते. बाह्य त्वचेच्या पोषणासाठी तुमच्या शरीरांतर्गत व्यवस्थापन ही तितकीच आरोग्यपूर्ण असायला हवे. पुरेशी शांत झोप, योग्य पोषक आहार आणि तणावमुक्त व चिंतामुक्त जीवन याचा उत्तम परिणाम नक्कीच शरीरावर होत असतो.

ऋतुनुसार विविध फळांचे सेवन करणे, शरीरातील पाण्याची पातळी योग्य राखणे, योग्य जीवनसत्वयुक्त आहार घेणे ही अत्यावश्यक ठरले आहे, याही बाबींचा सर्वांनी विचार करायला हवा. बऱ्याचदा अकाली प्रौढत्व , चेहऱ्यावरील सुरकुत्या, पुटकुळ्या, डाग यामुळे व्यक्तीच्या व्यक्तिमत्त्वात न्यूनता येते. परमेश्वराने जो नरदेह प्रदान केला तो सुंदर ठेवण्यासाठी त्याचे आरोग्य जपायला हवे. प्रत्येकाने नियमितपणे योगासने करायला हवीत, व्यायाम करायला हवा.

आजकाल सार्वत्रिक जीवन धकाधकीच झाले आहे. त्याचा कळत नकळत परिणाम आपल्या दैनंदीन जीवनावर होतोच होतो. वरील बाबी आपल्याला कळत नाहीत असं नाही पण वळत नाहीत.

याआधी म्हटल्याप्रमाणे आपल्या देशाला आयुर्वेदाची फार मोठी देणगी मिळाली आहे. नैसर्गिक रूपात फार मोठ्या प्रमाणात संपदा आपल्याला लाभलेली आहे. पूर्वापार चालत आलेला ठेवा नेहमी वारसा म्हणून जपून ठेवायचा असतो. काळाच्या ओघात अनेक बदल झाले आणि आपली जीवनशैली बदलली. वर्षानुवर्षे जतन केलेला 'आजीबाईचा बटवा' आपण हरवला आणि नंतर समस्याना प्रारंभ झाला.

आजच्या धावपळीच्या काळात सौंदर्य टिकवण्यासाठी, वृध्दीसाठी दरवेळी पार्लर मध्ये जाणे शक्य होतेच असे नाही. खरतरं मनुष्याला सौंदर्याची ओढ पूर्वीपासूनच होती आणि ही ओढ आजही तेवढीच टिकून आहे. किंबहुना लोक आपल्या सौंदऱ्याबाबत, दिसण्याबाबत आता जास्तच सजग झाले आहेत.

फक्त स्त्रियांसाठीच 'ब्युटी पार्लर` ही संकल्पना मागे पडून आता पुरुषांचेही पार्लर आहेत. 'आपण छान दिसावे' असे प्रत्येकाच्या अंतर्मनातअसते. या जाणिवेमुळेच सौंदर्य टिकवण्यासाठी आणि वाढविण्यासाठी विशेष प्रयत्न केले जातात.

फार पूर्वी सौंदर्य वृद्धीसाठी नैसर्गिक गोष्टींवर अधिकतम भर दिला जात असे सौंदर्यासाठी स्वयंपाक घरात वापरली जाणारी 'हळद' ही अत्यंत महत्त्वाची आहे. हळदीचे औषधी गुणधर्म जगन्मान्य झालेले आहेत. याचा आहारातील वापर यथायोग्यच आहे पण हळदीची उपयुक्तता सौंदर्यवर्धक आणि जंतूनाशक म्हणूनच अधिक आहे. विवाहाच्या आधी वधुवरांना हळद लावली जाते ती यासाठीच!

आमच्या कुटुंबात आयुर्वेदाचा सातत्याने आणि अगदी हिरीरीने पुरस्कार केला गेला, त्यामुळेच आयुर्वेदिक उत्पादने ही आमची ओळख ठरली आणि ब्रँडही! 'विको'च्या सर्व उत्पादनांनी जनमानसात मानाचे स्थान मिळवले याचे प्रमुख श्रेय आयुर्वेदिक घटकांकडे जाते.

जनसामांन्याच्या दिवसाची सुरुवात विकोच्या उत्पादनांनी होते आणि निद्रा देवीच्या आधीन होण्यापूर्वीही विकोची उत्पादने वापरली जातात. संपूर्ण भारतात आयुर्वेदिक घटकांचा वापर करणारी 'विको'ही एकमेव कंपनी ठरली हा इतिहास अत्यंत रोचक आहे.

विको टर्मरिक आयुर्वेदिक स्कीन क्रीमने असंख्य मनाचा कब्जा मिळवला. चित्रपटगृहातील व कृष्णधवल टीव्ही वरील जाहिराती त्याकाळात सुमधुर, दिलखेचक आणि लोकप्रिय ठरल्या. आताच्या पन्नाशी पार केलेल्या प्रत्येकाने ती विलोभनीय जाहिरात नक्कीच पाहिलेली असेल आणि मनाच्या कोपऱ्यात आजही तो सुगंध दरवळत असेल. असे भाग्य संपूर्णतः प्राचीनतम आयुर्वेदाला आहे. विको टर्मरिक आयुर्वेदिक स्कीन क्रीम ने आजही आपला दर्जा सांभाळलेला आहे.

काळानुसार आकारात आणि पॅकिंगमध्ये बदल झाले, कधी केले गेले पण फेस क्रीमचा दर्जा मात्र कायम तोच ठेवला. या उत्पादनाचा विको टर्मरिक फेस क्रीम म्हणून उल्लेख केला तर तो थोडा अन्याय होईल. कारण ही फेस क्रीम नसून त्या उत्पादनाचे इतरही फायदे आहेत.

हळद आणि चंदनाच्या गुणधर्मानेयुक्त अशी ही क्रीम नियमित वापरल्याने चेहरा सतेज आणि तजेलदार दिसू लागतो.

कोणत्याही वयोगटाच्या स्त्री पुरुषाला ही क्रीम वापरता येते. पिवळसर, मऊशार आणि अप्रतिम सुगंधाने युक्त विको टर्मरिक आयुर्वेदिक स्कीन क्रीम केवळ गंधानेच मेंदूला आणि संपूर्ण तनामनाला तरतरी आणते.

ही किमया केवळ हळद आणि चंदन यांच्या एकत्रित गुणधर्माची! क्रीमचा अगदी छोटासा भाग क्षणार्धात चेहऱ्यावर हलक्या हाताने पसरवल्यास त्वचेत अलगद झिरपतो.

चंदन तेल आणि हळद यांचे हे मिश्रण त्वचारंध्रात जाऊन कार्यरत होते. त्यातील सुगंधाने क्रीम वापरणाऱ्यांचे आणि आजूबाजूच्या वातावरणाचे रूप पालटते. काही सेकंदात चेहरा सुरक्षित होतो.

कोणताही तेलकटपणा नाही की ओलसरपणा नाही. विको टर्मरिकची ट्यूब उघडली की वातावरणात एकदम प्रसन्नतेचा शिडकावा होतो.

सातत्यपूर्ण वापर केल्यास याचे सकारात्मक फायदे अनुभवायास मिळतात, व्यक्तिगणिक त्वचेच्या अनेक तक्रारी आहेत.

चेहऱ्यांवरील मुरमं, डाग, पुटकुळया कमी व्हायला यामुळे मदत होते. कालांतराने ही समस्या उरतच नाही आणि स्त्री असो व पुरुष चेहरा खुलून दिसतो.

हळदीचे नैसर्गिक गुण आणि चंदन तेल असं अफलातून मिश्रण त्वचेला चमकदार बनवते. टवटवीत, प्रफुल्लित चेहरा आत्मविश्वासपूर्ण जीवन जगण्यास आपल्या मनाला उभारी देतो.

अशी क्रीम बाजारात आणण्यापूर्वी विको परिवाराने त्याकाळी किती अथक परिश्रम घेतले असतील याची केवळ कल्पनाच केलेली बरी! तेव्हा आजच्यासारखे विकसित तंत्रज्ञान नव्हते, तसेच दळणवळणाची साधनेही नव्हती.

प्रतिकूल परिस्थितीतून दुर्दम्य इच्छाशक्तीच्या जोरावर त्या काळात आमच्या आजोबांनी आणि त्यापुढील पिढीने मार्ग काढला आणि आयुर्वेदिक उत्पादने वापरायची सवय लोकांना लावली. आरोग्याचा आणि आयुर्वेदाचा अगदी जवळचा संबंध आहे. असं धाडसी पाऊल त्यावेळी आजोबांनी उचलले ते द्रष्टा होते.

विको परिवार पुढे विस्तारला आणि ग्राहक हिताच्या दृष्टीने काही बदल केले गेले. त्वचेच्या पोतानुसार (कोरडी-तेलकट-सामान्य) विको टर्मरिक च्या दोन फेस क्रीम बनविल्या गेल्या.

१. विको टर्मरिक स्किन क्रीम

२. विको टर्मरिक डब्ल्यू एस ओ स्किन क्रीम (यात चंदन तेलाचा वापर केलेला नाही)

कापणे, भाजणे, खरचटणे यावर या क्रीम वापरता येतात. कारण यात हळद आहे आणि हळद ही जंतुघ्न असते. संपूर्णतः आयुर्वेदाचा समावेश हाच विकोच्या उत्पादनांचा गाभा आहे.

कितीही प्रगती केली, पुढे गेलो तरी मनुष्याला त्याच्या मातीची ओढ आणि मुळांची आठवण असतेच. आयुर्वेद पण अशीच ओढ लावतो. आयुर्वेदिक आरोग्य आणि आयुर्वेद हे नेहमीच हातात हात घालून चालत राहिलेले आहेत.

चेहरा व त्वचेचे आयुर्वेदिक रक्षक

3

दाताकडून दाताकडे...

सहजच मला विं. दा. करंदीकरांची एक कविता आठवते, "तुझी माझी धाव आहे, दाताकडून दाताकडे" माझ्या मनात विचारचक्र सुरू झाले. विंदांचे जीवन विषयक तत्वज्ञान मनाला भावले होते. शांत पाण्यात दगड भिरकावला की एकातून एक तरंग निर्माण होतात, तसं विचारांच्या गरजेत माझ्या मनात दात हा विषय घडू लागला.

विकोच्या परिवारात आयुर्वेदाला अढळ स्थान आहे. आमची सर्व उत्पादने ही 'ग्राहक हिताय ग्राहक सुखाय' या तत्त्वावर आधारित आहेत. कुंदकळ्यांसारखे शुभ्र दात मोत्यासारखे दात किती भाग्यवंतांना लाभतात ? मधुबाला ते माधुरी यांच्या मोहक हास्यामुळे आजही रसिक मनात राज्य करीत आहेत. चेहऱ्याचे सौंदर्य एकसारख्या शुभ्र दंतपंक्तीमुळे द्विगुणित होते.

स्वच्छ, सुंदर निरोगी दात हे कोणत्याही वयोगटातील व्यक्तीच्या सौंदर्याचा एक मापदंड ठरू शकतो. असे नैसर्गिक सौंदर्य कोणालाही मोहित करते. आपल्या सौंदर्यबाबत आणि आरोग्याबाबत केवळ तरुण तरुणीच नव्हे तर सगळ्याच वयोगटातील व्यक्तींची जागरूकता वाढलेली आहे.

कोणत्याही प्रकारचे लाभलेले सौंदर्य हे निसर्गदत्त वा परमेश्वरी वरदान असते. इतरांना हेवा वाटणे हे स्वाभाविकच आहे, परंतु जे प्राप्त झाले आहे त्याची योग्य काळजी घ्यावी.

दातांचे सौंदर्य आपले व्यक्तिमत्व निश्चितच प्रभावी बनवते, परंतु आरोग्याच्या दृष्टीने दात हा अत्यंत महत्त्वपूर्ण घटक आहे. तोंड हे पचनसंस्थेचे प्रवेशद्वार असते. मुखाचे आरोग्य हे एकूणच आरोग्याच्या दृष्टीने महत्त्वाचे आहे.

दातांचा प्रामुख्याने उपयोग होतो तो चर्वणासाठी! त्यामुळे दात व हिरड्या हे घटक महत्त्वाचे ठरतात. खराब झालेले दात, किडलेले दात, वेडेवाकडे दात, पुढे आलेले दात, हिरड्यांचे आजार यामुळे व्यक्ती संत्रस्त होते. ठणकणाऱ्या दाढे पुढे जगातील कोणतेही दुःख फिकं पडतं! अशा वेळेस दंतवैद्य हा देवदूतासारखा वाटू लागतो.

कोणतीही वेदना त्रासदायक असतेच पण दातांच्या दुखण्यामुळे एखादी व्यक्ती हवालदिल होते. आपण प्रत्येकाने कधी ना कधी असा अनुभव घेतला असेलच. अगदी हाड वैद्यावर देखील दंत दुखीची वेळ येऊ नये!

दातांची समस्या उद्भवू नये यासाठी कोणत्या प्रकारची काळजी आपण सर्वांनी घ्यावयास हवी? सर्वात मुख्य म्हणजे आपला आहार चौरस असावा. तुटलेले दात, नीट न बसणारे कृत्रिम दात, तंबाखू, पान, सुपारी, मावा, गुटखा यासारख्या घातक सवयीमुळे तोंडात जखमा होतात.

तोंडातील अंतःत्वचा संवेदनशील असते, त्यामुळे योग्य उपचार करून घेणे आणि आरोग्याला घातक ठरणारे पदार्थ सेवन न करणे हे यावरचे उपाय आहेत. 'Prevention is better than cure!'

मराठीत एक म्हण आहे 'वेळीच एक टाका घातला तर बाकीचे टाके वाचतात' (Stitch at time save nine), पण आपली इथेच गफलत होते. आपण प्रत्येक गोष्टीकडे दुर्लक्ष करतो आणि बायकांना तर आजार अंगावर काढायची सवय असते. आपली मानसिकता आपण बदलली तर बराच फरक पडेल असे वाटते.

दररोज किमान दोन वेळा दात टूथब्रश आणि चांगल्या प्रतीच्या पेस्ट पावडरने स्वच्छ करावेत. प्रत्येक खाल्यानंतर खाण्या नंतर खळखळून चूळ भराव्यात. लहानपणापासूनच वर्षातून दोनदा दंत वैद्याकडून नियमित तपासणी करून घ्यावी.

योग्य वेळी योग्य ते उपचार करणे फार महत्त्वाचे आहे. आपल्या दातांचे आरोग्य चांगले नसेल तर इतर सर्व पथ्य पाळूनही शरीराला व्याधी जडू शकतात. यासाठीच दातांच्या सुरक्षेच्या दृष्टीकोनातून अन्न आणि दातांचे विकार होऊ नयेत म्हणून घ्यावयाची काळजी अत्यंत महत्त्वाचा विषय आहे.

साधारणपणे दातांचे विकार दोन प्रकारचे असतात. दात (Hard Tissue) आणि प्रामुख्याने हिरड्या (Soft Tissue) या बरोबरच ओठ,जीभ, मुखाची त्वचा (Epithelium). यातील दाताचे **हार्ड टिशूचे** विकार म्हणजे दातांना कीड लागणे, दातांची झीज होणे, दात तुटणे तर हिरड्यांचे **सॉफ्ट टिशूचे** विकार म्हणजे हिरडयांना सूज येणे, तोंड येणे, पायोरीया वगैरे.

दातांचे प्रमुख काम म्हणजे चर्वण करणे, काही शब्दांचे उच्चार दातांच्या सहाय्याने होतात आणि गाल/ ओठ यांना आधार देऊन व्यक्तीच्या चेहऱ्याला योग्य आकार देण्याचं काम दातांमुळे होते. याखेरीज दुधाच्या दातांचे काम असते पक्क्या दातांकरिता पाया तयार करणे.

'मसुडोमें जान तो दातो की शान'या पंक्तीने विको वज्रदंती पावडर सर्वसामान्यांच्या घराघरात पोहोचली. दंतमंजन ही संकल्पना फार पूर्वीपासून वेगवेगळ्या स्वरूपात वापरली जात असे.

पूर्वीच्या काळी लोकांची जीवनशैली भिन्न होती. आहार पद्धतीत विभिन्नता नव्हती. सरळमार्गी जीवन आणि साधी राहणी होती. पूर्वासुरींनी घालून दिलेल्या नियमांवर समाज चालत होता. 'जंक फूड' पद्धती अस्तित्वात आली नव्हती.

कोणी स्वप्नात देखील अशा प्रकारच्या जगण्याचा विचार केला नव्हता. **'कालाय तस्मै नमः'** सगळच बदलतं गेलं आणि ते ते आपण स्वीकारत गेलो.

विको वज्रदंती पावडर बनविण्यासाठी अथक परिश्रम घेतले गेले होते. संपूर्णपणे वेदाचा बेस असलेले हे उत्पादन हळूहळू भाव खाऊन गेले. कारण याची प्रचिती लोकांना आली. दंतमंजन असेही असू शकते यावर लोकांचा विश्वास बसत नव्हता.

एक, दोन नव्हे तर तब्बल 18 आयुर्वेदिक औषधींचा यात वापर केला जातो. बाभूळ, जांभूळ, लवंग, मंजिष्ठा, दालचिनी, वज्रदंती, अक्रोड, बोर, खैर, बकुळ, जेष्ठमध, अनंतमूळ, त्रिफळा, अक्कलकाढा, ओवा, पतंग, साखर आणि मीठ अश्या वनस्पतींचा औषधी वापर यामध्ये केला जातो. 'The oldest natural formula of ayurveda' अशी ही वज्रदंती पावडर ग्राहकाला *'हे वापरण्यामुळे कोणत्याही प्रकारचे दुष्परिणाम नाही'* (No side effects) ची हमी देते.

ग्राहकांनी या उत्पादनाला सर्वप्रथम मनात आणि त्यानंतर घरात मानाचे स्थान दिले. संपूर्ण कुटुंबाच्या दातांची निगा राखण्याची हमीच 'विको'ने घेतली. कोणत्याही व्यक्तीच्या दिवसाची प्रसन्न सुरुवात दंतमंजनापासूनच होते. ही अद्‌वितीय औषधी चव तुमच्या मुखाचा, दातांचा आणि मनाचा ताबा घेते.

एक नैसर्गिक सुरक्षा कवच तुमच्या तोंडात निर्माण होते. तुमच्या हिरड्यांवर ही पावडर लावून, त्यावर बोटाने, हलक्या हाताने मसाज करावा. दोन मिनिटे मसाज झाला की पाच मिनिटे थांबून चूळ भरून तोंड धुवावे. वेगवेगळ्या औषधी वनस्पतींच्या गुणधर्माने मुखामध्ये चेतना निर्माण होते, तसेच त्याचा उग्र वाटणारा हवाहवासा दर्प दिवसभर चैतन्य निर्माण करतो.

'विको वज्रदंती पावडर'ने घराघरात मान्यता मिळवली होतीच, पण काल सुसंगत बदल हे विकोचे तत्व आहे, तेही स्वतःचा दर्जा कायम राखून! त्यानंतर नवी पिढी आली. जागतिक स्तरावरील बदल आता आपल्या देशात येऊ लागले. 'विको वज्रदंती पावडर' सोबत विकोने पेस्ट आणली आणि नवी पिढी सुखावली.

दिवसाची सुरुवात मउ आणि सहज (Soft and easy) झाली. काळाबरोबर लोकांना easy चे वेड लागले आणि 'विको वज्रदंती पेस्ट' चे ही दणदणीत स्वागत झाले.

पुढे आणखी बदल झाले 'मागणी तसा पुरवठा' करावा लागतो. मधुमेह रुग्णांनी सर्वेमध्ये त्यांच्यासाठी काहीतरी वेगळं मागितलं. त्यांची मागणी रास्त होती. विको परिवाराने 'विको वजदंती पेस्ट' आणली ती 'शुगर फ्री' होती.

दंतमंजनाचे हे तिसरे भावंड होते. यात कटाक्षाने साखर, गोड पदार्थ वगळले गेले, यालाही भरघोस प्रतिसाद मिळाला. त्यानंतर पेस्टमध्येच बडीशेप आणि दालचिनीच स्वाद आणून लोकांची ही देखील मागणी पूर्ण केली.

'नित्य नूतन प्रयोग करावेत त्यातून ग्राहकाला उपयोग व्हावा त्यांची संतुष्टता हेच आमचे समाधान राहिले'. मुखदुर्गंधी घालवणे मुख अंतर्गत स्वच्छता आणि दातांचे संपूर्ण संरक्षण केल्यामुळे व्यक्तिगत कौटुंबिक हित जोपासले गेले.

आज दंत चिकीत्सेवरील खर्च कमालीचा वाढला आहे. प्रत्येकाने काही सवयी पाळल्या, योग्य काळजी घेतली तर अनेक प्रश्न निर्माण होण्याआधीच सुटतील.

आयुष्य म्हटले की समस्या तर येणारच. पण त्या धैर्याने आणि विचारपूर्वकच सोडवायला हव्यात. आपल्या शरीरातील प्रत्येक अवयव महत्त्वाचा आहे.

आरोग्याची वैयक्तिक काळजी आपणच घ्यायलाच हवी. यात प्रामुख्याने 'दात' फार महत्त्वाची भूमिका बजावतात, म्हणूनच असे म्हटले पाहिजे 'दातांचे संरक्षण आपण करू आणि निरोगी जीवन जगू'.

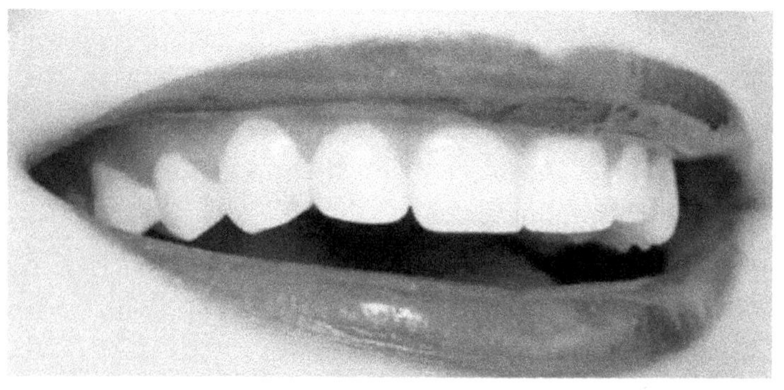

दातांचे स्वास्थ्य

4

शतदा प्रेम करावे

मी जीवनावर भरभरून प्रेम करणारा आहे. *"या जन्मावर या जगण्यावर शतदा प्रेम करावे"* मंगेश पाडगावकरांच्या या कवितेतील मरण मला उमगलेले आहे. अनेक विषयात माझी रुची आहे, कुतूहल आहे. त्यातही अध्यात्माकडे माझा विशेष ओढा आहे.

जीवनाचा आस्वाद रसिकतेने घ्यावा आणि प्रत्येकाने आपल्या कौटुंबिक सामाजिक भूमिका यथाशक्ती पार पाडाव्यात या विचारांचा मी आहे. तुमच्यासारखाच एक मध्यमवर्गीय कुटुंबप्रमुखासारखा मी कुटुंब वत्सल आहे. माझं कुटुंब आणि माझा परिवार विस्तारलेला आहे. विको परिवाराशी संलग्न प्रत्येक सदस्य माझा आहे, माझ्या कुटुंबातील एक सदस्य आहे.

कामाच्या व्यापातून वेळ काढून विरंगुळा म्हणून मी नेहमी मराठी, हिंदी जुनी गाणी ऐकत असतो. सागर मधल्या एका हिंदी गीताने मला खूप प्रेरित केले, "*चेहरा है या चांद खिला है..*" यातील संगीत आणि अर्थपूर्ण शब्द मला विचार करायला प्रवृत्त करून गेले. चेहरा अर्थात मुखवदन हा व्यक्तिमत्त्वाचा किती महत्त्वपूर्ण भाग आहे ! मराठीत एखाद्या शहराचा / गावाचा / आळीचा / विभागाचा चेहरा मोहरा असे म्हटले की, डोळ्यांपुढे एकच चित्र उभे राहते.

एखादे नाव डोळ्यापुढे आले की, त्या व्यक्तीचा चेहरा मनपटलावर उभा राहतो. अगदी '*तुझे रुप चित्ती राहो*' असे अभंगात म्हटले आहे.

निर्गुण, निराकार परमेश्वर सगुण रूपात सर्वसामान्यांना भावतो. गणपती म्हटल्यावर शंकर डोळा पुढे येत नाही आणि विठ्ठल म्हटल्यावर दत्तगुरु उभे राहत नाही. अशी चेहऱ्याची महती!

केवळ स्त्रियाच नाहीत तर पुरुषाला देखील आपण सुंदर नीटनेटके दिसावे असे वाटते. अगदी घराबाहेर पडताना देखील कितीतरी वेळा आपण आरशात निरखून पाहतो आणि मगच बाहेर पडतो.

हल्ली तर प्रवासात मोबाईलचा वापर मुली आरशासारख्या करताना आढळतात. नीटनेटका प्रसन्न चेहरा व्यक्तिमत्वास उठाव देतो. दिवसेंदिवस **प्रेझेंटेबल** राहणे ही लोकांची मानसिक गरज आहे.

या सर्वांच्या प्राप्तीसाठी आपल्याला आपल्या दिनचर्येकडे लक्ष द्यावयास हवे. पुरेशी झोप व्यायाम आणि तणावमुक्त जीवन जगण्याचा प्रयत्न करायला हवा. तसं पाहायला गेलं तर वैयक्तिक जीवनातील मानसिक ताणतणाव व्यक्तिमत्त्वावर खूप मोठा परिणाम करतात. ताणतणाव हा दैनंदिन जीवनाचा अविभाज्य घटक असला तरी त्यापासून मुक्त राहण्याचा आपण सर्वांनी प्रयत्न करायला हवा. स्वच्छ मन आणि सकारात्मक विचार तुमच्या संपूर्ण व्यक्तिमत्वावर सुपरिणाम घडवून आणतात.

"सहा ऋतूंचे सहा सोहळे" आपण अनुभवतो. त्यात उन्हाळा म्हटलं की आपली त्वचा आणि मन उष्णतेने करपायला लागते.

आत्ताच प्रखर ऊन शरीराला भाजून काढत आहे. त्वचा हे संपूर्ण शरीराचे बाह्य आवरण असल्याने सगळे आघात प्रथम तिच्यावर होतात. नको नको असे वाटणारे त्वचेचे विकार आपले मनःस्वास्थ्य साफ बिघडवून टाकू शकतात.

चेहऱ्यावर एखादा काळा डाग किंवा पुटकुळी आली आणि मुक्काम वाढला तरी कोणत्याही वयोगटातील व्यक्ती अगदी हतबल होते.

अगदी भर म्हणजे आपल्याला आजूबाजूचे बिन डिग्रीचे डॉक्टर आणि मोफत सल्ला देणाऱ्यांची आपल्याला कमतरता नसते. बऱ्याचदा आजार परवडतो पण आगंतुक सल्ले नको असे ही वाटून जाते.

अशा लोकांना आगंतुक सल्लागारांना आपल्या चेहऱ्याची (आरशात स्वतःचा चेहरा न पाहताच) फार काळजी असते, आणि गर्वही असतो.

त्यांचा आत्मविश्वासही वाखाणण्यासारखा असतो. मला तर असा सल्ला देणारे भेटले की तुकोबांचा अभंग आठवतो, "तुका म्हणे ऐसे कळवळ्याची जाती. करी लाभावी न प्रीती"

असे 'लाभावी न प्रीती' वाले पावलोपावली भेटतात आणि **आपली गोची करून** ठेवतात.

गोरा रंग आणि नितळ निरोगी त्वचा या दोन्ही भिन्न गोष्टी आहेत, त्यामुळे यात तफावत आढळते

आपल्या देशात जेवढे गोऱ्या रंगाला वास्तव महत्त्व दिलं जाते तेवढं महत्त्व जगात अन्यथा कुठेही नाही. त्यामुळे गोऱ्या रंगाच्या मागे लागू नका, त्वचा गोरी नसली, तरी निरोगी सतेज असायला हवी.

आपल्याला देवाने जे दिले आहे त्याविषयी कोणताही न्यूनगंड बाळगू नये. खरंतर बाह्य त्वचेच्या रंगापेक्षा स्वभाव गुण फार महत्वपूर्ण ठरतात. अनुवंशिकतेने आपल्याला शरीर संपदा प्राप्त होते.

आहे त्यात जर समाधान मानले तर तुमचा वेळ, श्रम, पैसा वाया जाणार नाही. हे सर्व आपण आपल्या व्यक्तिमत्व विकासासाठी वापरू शकता.

प्रत्येकाने आपल्या आयुष्याचे श्रेयस आणि प्रेयस निश्चित केले पाहिजे. समाजासाठी आयुष्य वेचणाऱ्या व्यक्ती चेहरा वा शरीरानेच सुंदर होत्या असे नाही, तर त्यांचे विशाल मन आणि कर्तृत्व अतिशय देखणे होते.

'*काय भुललासी वरलीया रंगा*' असे संत वचन आहे त्यामुळे कोणत्याही वयात छान दिसण्याचा अतिरेकी अट्टाहास करू नये. जे आहे जसे आहे तसेच स्विकारावे आणि पुढे मार्गस्थ व्हावे हेच उत्तम !

तरीदेखील आयुर्वेदाने मानवाला नेहमीच मोलाची साथ दिली आहे. सुंदर दिसावं या आशेतून विविध क्रीम, पावडर चेहऱ्यास चोपडल्या जातात. 'विको' उत्पादनांमध्ये आयुर्वेदिक घटकांना अनन्य साधारण महत्व आहे. सौंदर्य विशेषत: चेहऱ्याच्या सौंदर्यासाठी विचार केला गेला, तेव्हा काल सुसंग 'फेस वॉश' चा जन्म झाला. हल्ली 'फेसवॉश' हा आपल्या आयुष्यातील महत्त्वाचा भाग आहे.

सततचा प्रवास, धूळ, प्रखर सूर्यप्रकाश यामुळे प्रफल्लीत चेहरा काही तासात तेलकट, निस्तेज वाटू लागतो. असा चेहरा स्वच्छ करण्याची घराबाहेरची गरज म्हणून फेसवॉश उपयुक्त आहे. नव्या पिढीची आणि बदलत्या काळाची ही गरज आहे. अनेक रिसर्च करून विकोने फोमबेस फेसवॉश जनसामान्यांसाठी आणला आहे.

प्रत्येक व्यक्तीची त्वचा अमूल्य आहे. आयुर्वेदाने तुमच्या आरोग्याची काळजी नेहमीच पाहिली आहे. हळद ही सर्व गुणसंपन्न आहे. विकोच्या फोमबेस फेसवॉशमध्ये प्रामुख्याने हळदीचा वापर केला गेला. हळद ही जंतुघ्न असल्यामुळे तिचे फायदे अनेक आहेत. आहारातून हळद पोटात जाते, पण बाह्य त्वचेचे पोषण देखील हळदीमुळे होऊ शकते.

फेसवॉश तयार करताना विको परिवाराने सर्व साकल्याने विचार केला आहे. असं म्हणतात 'जगात सर्व सोंग करता येतात, पण पैशाचं सोंग करता येत नाही'. म्हणूनच सर्वसामान्यांच्या खिशाला कात्री लावायची नाही व कमीत कमी खर्चात जास्तीत जास्त ग्राहकाला देऊ करायचं, हाच विचार या उत्पादनामागे होता.

फेसवॉशची छोटी ट्यूब सकाळी एकदा आणि रात्री झोपताना वापरली तरी एक महिन्यापेक्षा जास्त दिवस टिकते, अशी ग्राहकांची प्रतिक्रिया आहे. त्यास 'मनीसेव्हर फेसवॉश' असे म्हटल्यास वावगे ठरू नये. चेहऱ्यावर पाणी मारून मटार दाण्याएवढा आकाराचा हे फेसवॉश हातावर घेऊन हलक्या हाताने मसाज करावे. पंधरा सेकंदा नंतर चेहरा स्वच्छ पाण्याने धुऊन टाकावा.

प्रवासात सोबत नेण्यास सुटसुटीत असा फेसवॉश पर्समध्ये कसाही ठेवला तरी घट्ट झाकणामुळे पाझरत नाही, इतर वस्तू खराब होत नाही ही काळजी घेतली आहे. याचे पॅकेजिंगही आकर्षक आहे ग्राहकाला येणाऱ्या समस्या आधीच विचारात घेऊन त्याची साईज आणि डिझाईन केलेले आहे. ग्राहकाच्या श्रमाच्या पैशाचा पुरेपूर वापर / मोबदला त्याला मिळायला हवा हेच आमचे ध्येय आहे. विको फोमबेस फेसवॉश हा सर्व प्रकारच्या त्वचेला उपयुक्त आहे. ज्यांची त्वचा तेलकट (oily) असते त्यांना जास्त फायदा होतो.

इतर ऋतूंपेक्षा उन्हाळ्यात तेलकट त्वचा जास्त समस्या निर्माण करते. अशा वेळेस मधासारखा दिसणारा सुवासिक फेसवॉश चेहऱ्याला लावल्यावर चित्तवृत्ती उल्हसीत होते आणि मेंदूला ताजेतवाने वाटते. फेसवॉशच्या गुणधर्मामुळे चेहऱ्यावरील जंतूंचा नाश होतो आणि त्वचेला संरक्षक कवच प्राप्त होते.

फेसवॉश च्या नियमित वापराने मुरमं, पुटकुळ्या, काळपट डाग, जखमा बऱ्या होण्यास मदत होते. हे एक प्रकारचे आयुर्वेदिक औषध आहे. तुमच्या नाजूक सुंदर त्वचेला मिळालेले हे एक प्रकारचे वरदानच आहे. कोणत्याही गोष्टीची आधी प्रचिती घ्यावी त्यानंतर आपले मत बनवावे.

जगात सर्वात मौल्यवान काय तर ते आपले शरीर आणि त्यावरील त्वचा. आपल्या शरिराची निगराणी ठेवण्यासाठी आपली निवड ही तशीच हवी. चोखंदळ ग्राहक हे नेहमी नैसर्गिक तत्त्वांवर भर देतात आणि म्हणूनच निसर्गही त्यांना भरभरून देत असतो.

चेहरा मनाचा आरसा असतो, तो उजळलेलाच हवा...

5

आयुर्वेद नारायणी

आपलं सर्वात जास्त प्रेम कशावर असतं माहित आहे? अर्थातच आपलं स्वतःचं शरीर म्हणजे देह. मानवी देह हा अमूल्य आहे.

८४ लक्ष योनीच्या फेऱ्यातून आपल्याला या नरदेहाची प्राप्ती होते. त्यामुळे अध्यात्मिक दृष्ट्या देखील मानवी देह महत्त्वपूर्ण आहे.

आपण शरीराचे फार चोचले पुरवितो. त्याला चांगला सजवतो, धजवतो, त्याची निगा राखतो. आपले स्वतः वर नितांत प्रेम असते आणि हे व्यक्तिमत्व खुलविण्यासाठी आपण आपला पैसा, वेळ, श्रम खर्च करतो. आपल्या सुंदर देहाचा आपल्याला किती अभिमान असतो !

देहाभिमान, जीवनाची नश्वरता याविषयीची साधू संतांची वचने मनोमन पटतात. पण देहासक्ती काही केल्या सुटत नाही. अश्या देहावर ऊन, वारा, पाऊस, थंडी यांचा परिणाम होतो आणि विविध व्याधी जडल्या की, मानवाचे मन:स्वास्थ साफ बिघडून जाते.

व्याधी व आजार नवजात बालकांपासून ते वृद्धापर्यंत कोणालाही जडू शकते. व्याधीमुळे, होणाऱ्या वेदनांमुळे व्यक्ती अगदी कासावीस होऊन जाते. वैद्यांच्या सल्ल्याने आणि औषधोपचाराने पथ्य पाणी सांभाळून आपण शरीराची गाडी पूर्वपदावर आणतो.

परंतु 'Prevention Is Better Than Cure' हे माझं स्वतःचं आवडीचं तत्व आहे. माझ्यातील उद्योजक घडताना मला जीवनविषयक काही तत्वांचा फार उपयोग झाला.

'A Stich At Time Saves Nine!' (वेळीच एक टाका घातला की बाकीचे नऊ टाके वाचतात), अशी तत्वं आपल्याला संकटांपासून वाचवतात. आपण अखंड सावधान असायला हवं. आरोग्यासंदर्भात मी स्वतःची फार काळजी घेतो. शरीर एक यंत्र आहे आणि ते सुरळीत चालू असायला हवे.

आपल्या शरीराची चार चाकं आणि दोन नेत्र (दोन हात, दोन पाय व दोन डोळे) सुरळीत कशी चालतील हे प्रत्येकाने पहावे. कारण त्यावरच तुमची कार्यक्षमता टिकून राहणार आहे. सळसळत्या उत्साहाची व्यक्ती कोणाला नाही आवडणार?

सातत्याने आजारी पडणेही बरे नव्हे! पुरेशी झोप, आराम आणि व्यायाम ही आरोग्यपूर्ण जीवनाची त्रिसूत्री आहे. आपला आहार संतुलित, पोषक असावा. आपली जीवनशैली तणावरहीत ठेवण्याकडे लक्ष असावे.

चिता आणि चिंता यात फक्त अनुस्वाराचा फरक आहे, पण त्या दोन्ही माणसाला जाळतात. बऱ्याचदा शरीर श्रम पडले तरी हरकत नसते, पण मानसिक तणावाने जगणे नकोसे वाटते.

परमेश्वराची आपण एक नितांत सुंदर देणगी आहोत. आपल्या कुटुंबाचाही आपण महत्त्वपूर्ण घटक असतो. आपल्यावर अवलंबून असणारे अनेक जण असतात.

आपल्याला घडविण्यात कुटुंबाचा, समाजाचा वाटा फार मोठा आहे. त्यामुळे कोणीही स्वतःची हेळसांड करू नका. तुम्ही तुमच्या कुटुंबाचे मानसिक, आर्थिक 'आधारस्तंभ' आहात. तुमचं निरोगी दीर्घायुष्य समाजाला हवं आहे.

१९ फेब्रुवारी हा दिवस 'हिंदवी स्वराज्याचे संस्थापक, छत्रपती श्री शिवाजी महाराज' यांची जयंती म्हणून दिमाखात साजरा होतो. शिवरायांना अवघं ५३ वर्षाचं आयुष्य लाभले. हेच जर महाराज दीर्घायुषी असते तर? केवळ महाराष्ट्राचीच नव्हे तर देशाची परिस्थिती बदलली असती. त्यांच्या लवकर जाण्यामुळे राष्ट्राचे किती नुकसान झाले नाही का? अनेक नामावंत समाज धुरीणांना केवळ आयुर्मर्यादा कमी लाभली, म्हणून त्यांच्या समाजकार्याला मर्यादा पडल्या.

जगात कुणाचंच कुणा वाचून अडत नाही, हे जरी खरं असलं तरी त्या एका व्यक्तीची किंमत तिच्या जवळच्या व्यक्तींनाच माहिती असते. ' Show must Go On' असे असले तरीही पदोपदी अडत असतं हे मात्र खरं!

सर्वसाधारण आयुर्मर्यादा १२० वर्षांची ऋषीमुनींनी गृहीत धरली होती. दिनचर्या आणि नैसर्गिक वातावरणात लोक आरामात शंभरी गाठत होते. तुलनेने हल्ली लोकांमध्ये व्याधी मोठ्या प्रमाणात आढळतात.

आत्ता सारख्या पूर्वी सुखसुविधा, वैद्यकीय मदत नव्हती. तरीदेखील प्रत्येक व्यक्ती श्रम करत असे, राहणीमान साधं होतं, गरजा कमी होत्या आणि समाजमनाची धारणा वेगळी होती. समाजात मानसिक एकोपा होता. प्रत्येकाचे आत्मबल भिन्न होते, आनंदी आणि समाधानी वातावरण ठायी ठायी नांदत होते. आजच्यासारखी सार्वत्रिक मरगळ कुठेच नसे.

थोडक्यात जीवन साधे होते आणि माणसे सरळ होती. शारीरिक कष्टांची सर्वांना सवय होती. दिनचर्या अशी आखलेली होती की समाजाच्या सर्व घटकांचा, सामाजिक आणि वैयक्तिक आरोग्याचा हिरिरीने विचार केला गेला होता. निसर्गाने बहाल केलेल्या वनौषधींची पूर्वा सुरींना जाणीव होती म्हणूनच त्याचा वापर स्वयंपाक घरापासून करायला लावला. सौंदर्यवर्धक, आरोग्यवर्धक जडीबुटी यांनी कित्येक वर्ष पिढ्या सांभाळल्या. आजी पंचतत्वात विलीन झाली तरी 'आजीबाईचा बटवा' समाजाचा अनमोल ठेवा पुढील पिढ्यांकडे सुपूर्द होत राहिला.

आरोग्य विषयक समस्या निर्माण झाली की, तिच्यावर घरगुती उपचार होत. वैद्याकडे रामबाण उपाय होते असले तरीही लोकांची मुळात त्याच्यावर पराकोटीची श्रद्धा होती आणि या श्रद्धेवरच त्यांचे आजार बरे होत होते. आता देखील फॅमिली डॉक्टरचे औषध एखाद्या तज्ञ डॉक्टर पेक्षा लवकर लागू पडते, याचे कारण पेशंटचा त्याच्यावर असलेला फार मोठा विश्वास!

जर विश्वास आणि श्रद्धा नसेल तर जीवनात आपण पुढे जाऊ शकणार नाही. चराचरात परमेश्वर वसलेला आहे. जेथे चैतन्य आहे तेथे परमेश्वर आहे. भगवंत कधीही सगुण रुपात दर्शन देत नाही. तो भक्तासाठी कोणत्याही तरी माध्यमातून आपली मदत उभी करतो. म्हणून ती अनोळखी व्यक्ती नेहमी देवदूत ठरते. रक्ताची माणसं जेव्हा पाठ फिरवतात तेव्हा काडीचाही संबंध नसलेली व्यक्ती पाठीशी उभी राहते. तुमची श्रद्धा हवी भगवंताच्या चमत्कारांची गणती नाही.

सूर्योदयापासून ते सूर्यास्तापर्यंत व्यक्तीला शारीरिक हालचाली कराव्या लागतात. काही कामे बौद्धिक श्रमाची असू शकतात. शारीरिक श्रमात आलेला थकवा आराम केल्याने पळतो. काही दुखापती होतात, वेदना होतात. वयोमानानुसार शरीराची क्षमता कमी होत असते. शरीर थकते तसे व्याधी जोर धरू शकतात.

काही आजार हे अनुवंशिक असतात, तर काही व्यक्तींच्या जीवनशैलीमुळे ओढवलेले असू शकतात. शरीरावर त्वचेचे आवरण असले तरी, अंतर्गत भागात हाडे, स्नायू, रक्त असते. शरीर यंत्रणा सुरळीत असते तोवर ताणतणाव जाणवत नाही, परंतु संबंधित कार्यात बिघाड निर्माण झाल्यास शरीरात कुठेतरी वेदना जाणवू लागते आणि त्याचा संदेश मेंदूला पोहोचतो.

आपल्याला मग दुखतंय काहीतरी अशी भावना निर्माण होते. समस्या हाडांची, सांध्यांची, स्नायूंची असू शकते.

वयं झाल्यावर स्नायू लवचिक राहत नाहीत, त्यामुळे वारंवार दुखायला लागते आणि हळूहळू आपल्याला ती सवय होते, पण आजार काही हटत नाही. सर्वप्रथम आपले वय, जीवनशैली, आहार, व्यायाम याकडे आवर्जून लक्ष द्यायला हवे म्हणजे बऱ्यापैकी समस्या आटोक्यात येतील.

१९५२ ला 'विको' चा प्रवास सुरू झाला आणि केवळ आयुर्वेदावर आधारित उत्पादने असतील असा चंग बांधला गेला. लोकोपयोगी प्रसादने व उत्पादने आणली गेली. समाज स्वास्थ हे प्रमुख उद्दिष्ट डोळ्यासमोर होतं.

हात पाय दुखणे, सांधे दुखणे, कंबर मान दुखणे अशा प्रकारचे दुखणे म्हणजे एक प्रकारचे डोकेदुखी असते. आपण विविध उपाय करतो पण तरीही रिलीफ काही मिळत नाही.

म्हणून विको परिवाराने अशा प्रकारच्या दुखण्यावर रामबाण उपाय म्हणून 'विको नारायणी जेल' आणले. यामध्ये सोळा प्रकारचे वनौषधी आहेत. राई तेल, निलगिरी तेल, देवदारू तेल, चहापातीतील लवंग तेल, रोशा तेल, पुदिना, दालचिनी, कापूर, गंधपुरा (methil celicitate), ओवा वगैरे यांचा वापर या जेलमध्ये केला जातो.

थोडक्यात विको नारायणी हे एक आयुर्वेदिक औषधच आहे. याचे दुष्परिणाम होत नाहीत. हे त्वचेमध्ये जिरते, कपडे, हात खराब होत नाहीत. रात्री हलक्या हाताने चोळून जिरवल्यावर शांत झोप लागते. दुखण्याला आराम पडतो.

विकोने 'नारायणी जेल' आणले. स्नायू दुखी, मान दुखी, कंबर दुखी, हाडे दुखणे यावर उतारा मिळाला. यातील आयुर्वेदिक घटक वेदनेच्या मुळाशी जाऊन दुखणे दूर करतात. बहुतांश स्त्रियांना कंबरदुखीचा त्रास होतोच होतो.

घराचा आधारस्तंभ असलेली स्त्री पाठदुखीने बेजार झाली की संपूर्ण घरच कंबरडच मोडत. विकोच्या जाहिरातीत देखील 'आजकी नारायणी के लीये' अस आवर्जून म्हटलेले आहे. अनेक समस्यांवर एक उपाय म्हणजे 'विको नारायणी जेल' आणि काल सुसंगत 'विको नारायणी स्प्रे' बाहेर नेण्यास अगदी सोपे ठरते.

हे सर्व करण्यामागची भूमिका ही होती की, पूर्वापार चालत आलेली आयुर्वेदाची परंपरा संपूर्णपणे खंडित होऊ देऊ नये. लोकांना नैसर्गिक व शुद्ध स्वरूपात उपचार मिळावेत. शेवटी 'बहुजन हिताय बहुजन सुखाय' हेच जीवनाचे सूत्र असावे.

6

आयुर्वेदः एक गरज

काळ कसा झटपट निसटून जात आहे. मागे वळून पाहता लक्षात येते की, माझी आरोग्य विषयक सफर आणि 'विको' ची सफर हातात हात घालून कशी सुरू राहिली. जुन्या गोष्टींना उजाळा मिळत आहे. पुन्हा प्रत्ययाचा आनंद काही औरच असतो. स्मृतींना उजाळा मिळावा आणि गप्पा मारण्यासाठी दर्दी असतील तर गप्पांचा फड जमून येतो, तसेच या पुस्तकाच्या निमित्ताने हा आनंद मला अनुभवता येत आहे.

'ज्या प्रेरणेने प्रेरित होऊन माझ्या आजोबांनी 'विको' ची स्थापना केली, त्याला आता पाहता पाहता ७२ वर्षे उलटले आहेत. एका सूक्ष्म बीजाचे वटवृक्षात रूपांतर झाले आहे. हे वैभव पहायला माझे आजोबा, माझे वडील, माझे काका हयात नाहीत. त्यांच्या अपार मेहनतीचे फळ म्हणून हे वैभवाचे दिवस आले. घरातील स्त्रियांचा पाठिंबा ही त्याहून मोलाची गोष्ट असते. कोणत्याही यज्ञामागे ! आयुर्वेदाची, निसर्गाची कास आम्ही धरून ठेवली आणि याच आयुर्वेदाने आम्हाला सोन्याचे दिवस दाखवले.

माझ्या अखंड चिंतनात समाज हिताचा विचार असतो. कारण समाजावर, त्याच्या स्वास्थ्यावर आपले वैयक्तिक आणि कौटुंबिक जीवन अवलंबून असते. खरंच 'आरोग्य' हा कोणत्याही व्यक्तीचा, कुटुंबाचा, समाजाचा, राष्ट्राचा महत्त्वपूर्ण जिव्हाळ्याचा विषय आहे. कारण यावर इतर अनेक गोष्टी अवलंबून आहेत.

आरोग्यपूर्ण जीवन किती महत्त्वाचे आहे, हे हॉस्पिटलमध्ये भरती झाल्यावर आपल्याला कळते. हॉस्पिटलमधील वास्तव्य हे कोणत्याही व्यक्तीचे, कुटुंबाचे मानसिक, शारीरिक, आर्थिक खर्चीकरण करते. आपण सर्वांनी असा अनुभव कधी ना कधी घेतला असेलच ! असे प्रसंग अगदी आपल्या हाड वैऱ्यावरही येऊ नयेत.

मला नेहमीच वाटते, वैयक्तिक स्वास्थ, पुरेशी झोप, नियमित व्यायाम, योग्य पौष्टिक आणि संतुलित आहार आणि तणाव विरहित मुक्त जीवन यामुळे चांगले राहू शकते. आपली कार्यक्षमता ही आपल्या आरोग्यावर अवलंबून आहे. याच शरीरसंपदेची आपण सर्वांनी योग्य ती काळजी घ्यावी आणि ईश्वरीय नितांत सुंदर देणगीचा आस्वाद घ्यावा.

हे आपल्या स्वयंपाक घरापासूनच सुरू केल्यावरच आरोग्याची काळजी घ्यायला सुरुवात होते. 'उदरम् भरणम्' योग्य नसेल तर पोटाच्या आणि तद्नुषंगाने इतर अनेक समस्या उद्‌भवतात आणि ही पोटदुखी नंतर डोकेदुखी ठरते. आपल्या अनेक शारिरीक समस्या वैयक्तिक अस्वच्छता, सामाजिक अस्वच्छता यातून जन्माला येतात.

पाश्चिमात्य देशात त्यांची सामाजिक स्वच्छता वाखाण्याजोगी असते. आपणही त्यांच्या या गोष्टीचे अनुसरण करायला हवे. आपण सर्वजण परमेश्वराची लाडकी लेकरे आहोत. निसर्गाने आपल्याला मुक्तपणे भरभरून दिले आहे, त्याचा योग्य उपयोग केल्यास आपले जीवन नक्कीच आरोग्यपूर्ण आणि समस्या विरहित असे असेल.

मला आपल्या पुरातन समाज व्यवस्थेचे नेहमीच आकर्षण वाटते. बारा बलुतेदार पद्‌धती, शेतीप्रधान अर्थव्यवस्था सगळे घटक एकमेकांशी संलग्न असे संपूर्ण देशात लागू होते आणि सगळे कसे गुण्या गोविंदाने नांदत होते.

ऐतिहासिक चित्रपट मालिका पाहिल्यावर पूर्वीच्या परंपरा स्त्री पुरुष पेहरावही समजतो. पूर्वी दाढी मिश्या राखण्याकडे कल होता. विशिष्ट धर्मात केस कापले जात नाहीत. ऐतिहासिक प्रसिद्‌ध व्यक्तींच्या फोटोमध्ये ही तुम्ही पाहिले असेल त्यांना दाढी मिशा आढळतात. हल्लीच्या तरुणाईत दाढी वाढवण्याची फॅशन आली आहे. आमच्या वेळी क्लीन शेव वर भर असायचा

’कालाय तस्मै नमः‘

१२ बलुतेदारांमध्ये ’नाभिक‘ अर्थात ’न्हावी‘ हा गावातील महत्त्वाचा घटक असे. संपूर्ण गावातील पुरुष मंडळींचे केस कापणे आणि दाढी करणे ही त्याची मुख्य कामं असंत. परंतु इंग्रज आले आणि संपूर्ण देशात बदल घडून आले. ब्रिटिशांनी १२ बलुतेदार पद्धतीला सुरुंग लावला आणि एकमेकांशी संलग्न घटक सुटे झाले. सुंदर मोत्याची माळ तुटावी आणि एक एक मोती विखुरला जावा तसं हे समाज धन विखुरले गेले. नाभीकाकडून केस कापून घेणे आणि दाढी करणे या गोष्टी दुर्मिळी झाल्या. केस कापण्यासाठी न्हाव्यांची दुकान राहिली. घरातल्या घरात पुरुष मंडळींनी दाढी करायला सुरुवात केली आणि एका सुंदर नात्याला खेळीमेळीच्या वातावरणाला सुरुंग लागला, गप्पांचा फड बंद झाला.

स्त्री पुरुष शरीर रचना भिन्न असते. निसर्गाने प्रत्येकाची जडणघडण केली आहे. पौगंड अवस्थेत मुलांना दाढी मिशा यायला सुरुवात होते. तारुण्यात प्रवेश करण्याची सुरुवात या वयात झालेली असते.

आयुर्वेदिक उत्पादनांची परंपरा ’विको‘ सुरू ठेवली. त्यात ग्राहकांच्या आरोग्यासोबत सौंदर्याचाही विचार केला. ’सौंदर्य उत्पादना‘पेक्षा जास्त ’आरोग्य उत्पादने‘ अशी ’विको‘ची ओळख निर्माण झाली होती.

दैनंदिन कामातील ’शेविंग‘ हा समस्त पुरुष वर्गाचा कायक्रम ठरलेला असतो. दररोज पार्लर किंवा दुकानात जाऊन दाढी करणे शक्य नाही. त्यासाठी घरच्या घरी दाढीचा साबण आणि रेझरच्या साहृयाने दाढी उरकली जावू लागली. यात सुरक्षिततेचा मुद्दा ऐरणीवर आला. ब्लेडने कट येणे वगैरे प्रकार सरास घडत होते. चेहऱ्याच्या त्वचेचा पोत सुधारणे महत्त्वाचे होते. स्त्री असो वा पुरुष हा तुमच्या व्यक्तिमत्त्वाचा महत्त्वाचा भाग असतो. आपण सुंदर दिसावे असे स्त्रियांना वाटते, तसे पुरुष वर्गालाही वाटत असते. केवळ दाढीचा साबण पुरुषांचे सौंदर्य अबाधित राखू शकत नाही. यासाठीच आम्ही पुरुष वर्गासाठी ’विको टर्मरिक शेविंग क्रीम विथ फोम बेस‘ हे उत्पादन आणले आणि समस्त पुरुष वर्गाने या उत्पादनाला अक्षरशः डोक्यावर घेतले.

हे फक्त शेविंग क्रीम नव्हते त्यात आयुर्वेदिक घटकांचा योग्य आणि पुरेपूर वापर केला होता. हळद ही जंतुघ्ण आहे. तिचे औषधी गुणधर्म तुमच्या चेहऱ्याच्या त्वचेची शंभर टक्के सुरक्षिततेची हमी देणारी आहे, तसेच चंदन तेल तुमच्या चेहऱ्याला **आवश्यक ते सर्व** देते.

ग्राहकांनी अनेक उत्पादने वापरली परंतु 'विको टर्मरिक शेविंग क्रीम विथ फोम बेस' ची जोड त्याला नव्हती. या उत्पादनाने पुरुषवर्गाच्या मनावर ताबा मिळवला. रेझर मुळे येणारा राठपणा, कट्स आता येणार नव्हते. त्वचा निस्तेज दिसत नव्हती. प्रसन्न दिवसाची प्रसन्न सुरुवात ही शेविंग क्रीम करते. त्याच्या सुगंधाने तनालामनाला उभारी येते. प्रसन्नतेचा शिडकावा करत, खुललेल्या मनाने आणि तुकतुकलेल्या कांतीने तरुणाई आपल्या स्वप्नांची क्षितिज काबीज करायला सज्ज होत आहे. हा आत्मविश्वास केवळ एक शेविंग क्रीम देऊ शकते ही खरंतर अत्तर्क वाटणारी गोष्ट आहे. पण हा सुंदर अनुभव अनेक जण घेतात. त्या सुगंधात आणि सुरक्षिततेत न्हाऊन निघतात.

आम्ही माध्यम आहोत, केवळ 'आयुर्वेद नेऊ घरोघरी' हेच आमचे ब्रीद आहे. लोकांच्या गरजा आणि त्यांचे हित लक्षात घेऊनच आम्ही आमच्या उत्पादनांवर भर दिला आहे. लक्ष्मी चंचल असते, अफाट नफा मिळवूनही ती टिकेलच असे नाही. सचोटीने काम करत राहिल्यास कशाचीही कमतरता भासत नाही.

आमचे प्रत्येक उत्पादन हे ग्राहक हिताचा विचार करणारे आहे. त्याच्या खिशाला कात्री लागता कामा नये या काळजाने, केवळ आकर्षक पॅकींगवर भर देण्यापेक्षा उत्पादनाच्या उपयोगितेकडे आम्ही नेहमीच लक्ष केंद्रित केले आहे.

एकदा दुकानातून खरेदी करून आणलेले उत्पादन काटकसरीने वापरले, तर ते बरेच दिवस पुरते, हा सर्व ग्राहकांचा अनुभव आहे.

मध्यमवर्गीय मराठमोळं जीवन, एकत्र कुटुंब पद्धती, त्यावेळची गरिबी माझ्या आजोबांनी, आमच्या दादांनी (कै. गजाननराव पेंढरकर, माझे वडिल) अनुभवलेली आहे. उद्योजक घराणं नावारूपाला येण्याआधी या पिढीने खूप सोसले आहे.

समाजऋण मान्य करून समाजाला भरभरून देण्याचा वारसा मला माझ्या आजोबा, दादा आणि सर्व काकांकडून मिळाला. माझा पिंड अध्यात्माकडे झुकणारा आहे.

आज वैभवात असूनही मी मनाने निर्लेप आहे, मला कोणतेही व्यसन नाही, माझं वर्तन आणि चारित्र्य शुद्ध आहे हे मी अभिमानाने सांगतो. माझ्यावरील संस्कार आणि मी घरात मोठा असल्याने माझ्यावर पडलेल्या जबाबदाऱ्या मी योग्य रीतीने पार पाडत असतो. शिक्षणामुळे एक वैचारिक बैठक निर्माण झाली. ईश्वरी संधान आणि पूर्व पुण्य पाठीशी असल्यामुळे मी अत्यंत सुखी आहे.

वसुधैव कुटुंबकम् किंवा हे **विश्वचि माझे घर** या उक्तीप्रमाणे माझे आचार, विचार अबाधित ठेवले आहे. आयुर्वेदिक उत्पादनांच्या सानिध्यात जाऊन माझे मन अंतर बाह्य उजळून निघाले आहे.

काया, वाचा, मनाने पाप होऊ नये म्हणून मी नेहमीच जपत असतो. इतरांना मदत करावी, त्यांचं आयुष्य मार्गी लागावे यासाठी माझी तळमळ असते. जुन्या रुढी,परंपरा, रितीरिवाज यांचा मी नेहमी आदर करतो आणि नवनवीन आधुनिक तंत्रज्ञान मानवी हितासाठी कसे वापरता येईल याचा विचार करतो.

आयुर्वेदाची परंपरा आपल्याला जतन करायची आहे. यात तुमचाही सहभाग फार मोलाचा आहे. आयुर्वेद पुन्हा एकदा समाजात घट्टपणे रुजवणे ही एक चळवळ आहे, तुमच्या आमच्या भल्यासाठी! ती आपल्याला एकत्रच यशस्वी करायची आहे!

7

शतायु भव

आपण सर्वात जास्त हेळसांड करतो ती आपल्या आरोग्याची!

तरुण वयात आपणच आपल्या शरीरावर केलेले अत्याचार शरीर चालवून घेते. पण एकदा का चाळीशी ओलांडली की प्रकृतीच्या कुरबुरी वाढू लागतात आणि म्हातारपणात शरीर साथ देत नाही.

त्यामुळे शरीर स्वास्थ्याचे आणि मनःस्वास्थ्याचे बिकट प्रश्न त्या व्यक्तीपुढे आणि तिच्या कुटुंबाकडे उभे राहतात.

भविष्याच्या दृष्टीने आपण आपली आणि आपल्या कुटुंबाची आर्थिक तरतूद करून ठेवतो. तोच विचार आपण आपल्या आरोग्याच्या बाबतीत केला तर?

सर्वसाधारणपणे सर्वेक्षणां नंतर असे आढळून आले आहे की, बहुतेक स्त्रिया आपल्या कुटुंबाचे हित बघता बघता स्वतःकडे दुर्लक्ष करतात.

८ मार्चला 'जागतिक महिला दिन' साजरा केला जातो. 'जिच्या हाती पाळण्याची दोरी। ती जगाते उद्धारी।। असं सामर्थ्य असणाऱ्या स्त्रीचे आरोग्यही तसेच असायला हवे.

अनेक जणी स्वतःवर घरगुती उपचार करतात आणि वेळ मारून नेतात. अनेक दुर्धर आजार बळावतात. याचे कारण स्त्रिया नियमित वैद्यकीय तपासणी करून घेत नाहीत. ज्यावेळी आजाराचे निदान होते त्यावेळी वेळ निघून गेलेली असते.

मला आवडणारे एक वचन 'वेळीच एक टाका घाला, इथं नऊ टाके वाचतील'. संपूर्ण कुटुंबाचा डोलारा समर्थपणे सांभाळणारी स्त्री ही कोणत्याही घराचा भरभक्कम आधार असते.

अर्धा संसार टाकून देवाघरी गेलेल्या स्त्रियांच्या अनेक कुटुंबाची परवड मी स्वतः पाहिली व अनुभवली आहे. अर्ध्यावती डाव मोडून निघून गेलेल्या राणी अभावी राजा किती दुःखी होत असेल?

सर्व स्त्रियांनी आपली शारीरिक तपासणी तज्ञ डॉक्टरांकडून करून घ्यायला हवी आणि त्यांनी सुचवलेली औषधे आणि पथ्य यांचे अवश्य पालन करावे.

हे झाले स्त्री वर्गाविषयी, पण प्रपंचाचा गाडा ओढणारे पुरुष आहेत. अहोरात्र कष्ट करणारे पुरुष असतात. त्यामुळे सर्वांनी काही गोष्टी आवर्जून कराव्यात.

आपल्या आरोग्याच्या बाबतीत काही नियम पाळणे हे आपल्याच हिताचे ठरणारे असते. जसे आहार आणि व्यायामातील नियमितपणा, तसेच झोपेच्या किंवा कामकाजाच्या नियमित सवयी.

या सर्वांमुळे आपले शरीर व मानसिक स्वास्थ ठीक राहते. पर्यायाने कुटुंब सुरक्षित होते. व्यायाम मग तो कोणत्याही स्वरूपाचा का असेना, प्रत्येकाने करायला हवा. अर्थात स्थळ - काळ - परिस्थिती आणि वयाला अनुसरून त्यात सातत्य हवे. शिवाय कोणत्याही गोष्टीचा अतिरेक असू नये.

आपल्या देशात रंग, रूप, उंची याबाबतीत जी विभिन्नता आहे तेवढी भिन्नता जगात कुठेही नाही. त्यामुळे वजन, उंची यांचे प्रमाण व्यस्त असू शकते. टीव्ही, समाज माध्यमांमुळे आपल्या शारीरिक सौंदर्याविषयी आपण भलतेच जागृत आहोत.

त्यामुळे स्लिम होण्याच्या नादात आपणच आपले फिटनेस ट्रेनर होतो आणि आपल्या शरीरावर अनन्वित अत्याचार करतो.

व्यायाम करताना तोही मर्यादित असावा त्याला अनुसरून आपला आहार असावा. हल्ली डाएट करण्याचा फॅड आहे. मी फॅड अशासाठी म्हणतोय की, झटपट वजन कमी करायचे असेल तर, तरुणी अयोग्य आहार पद्धती अंगीकृत करतात.

शरीर पोषणासाठी आवश्यक तेवढे अन्न मिळू न देणे हे खूपच काळजी करण्यासारखे आहे. उपासमारीमुळे शरीर कृश होईल आणि चेहऱ्यावरची रया निघून जाईल, तसेच अशक्तपणा येईल आणि कामातला उत्साह ही निघून जाईल. याचा दीर्घकालीन परिणाम शरीराला भोगावा लागू शकतो. म्हणून चुकीच्या पद्धतीची आणि चुकीच्या पद्धतीने काही खाऊ नका.

'पी हळद हो गोरी अशा पद्धतीने कोणत्याही गोष्टीचे तत्कालीन परिणाम मिळत नाहीत. त्याला काही कालावधी द्यावाच लागतो. बरं काही दिवस, आठवडे, महिने तुम्ही अन्नावर ताबा ठेवाल, पण त्यानंतर पुन्हा पूर्वीसारखे खाणे सुरू होते.

अति नियंत्रित खाण्यावरून आपण अनियंत्रित खाण्याकडे कधी वळलो हे आपल्याला सुद्धा कळत नाही. परिणाम स्वरूप पूर्वीपेक्षा आपले वजन अतिरिक्त वाढलेले दिसते. पूर्वी केलेली यातायात फुकट जाते म्हणून योग्य सल्ल्याने आणि जर आवश्यकता असेल तरच डाएट करा.

आपल्याला फिटनेस महत्त्वाचा असतो. निसर्गाने काहीतरी विचार करूनच आपल्याला घडवले आहे ना! वजन काट्यावर उभे राहून चिंताग्रस्त होत झटपट वजन कमी करण्याच्या नादात आपण बरेच काही गमावतो.

यापेक्षा योग्य आहाराने आणि व्यायामाने काही काळानंतर एका मर्यादेपर्यंतच तुम्ही वजन कमी करा. वजन कमी करण्यावर लक्ष केंद्रित करण्यापेक्षा आपली मनोधारणा बदला आणि कोणत्यातरी कार्यात स्वतःला गुंतवून घ्या.

जगात काही वर्षांपूर्वी एक आणि एकच चर्चेचा, चिंतेचा विषय होता तो म्हणजे करोना! चीनमधून सुरुवात झालेल्या या आजाराने जगभरात हात पाय पसरायला सुरुवात केली होती. सगळ्यांसमोर यक्षप्रश्न होता तो करोंनाला प्रतिबंध करण्याचा !

इतर सर्व प्रश्न बाजूला ठेवून सर्व राष्ट्रे या आजाराशी दोन हात करण्यास सज्ज झाले होते. एका करोंनाने जगभरातील अर्थव्यवस्था, मानवी जीवन, उद्योगधंदे यावर परिणाम केला.

समाज माध्यमे, वृत्तपत्र यातून रकानेच्या रकाने लिहून येत होते. या आजाराची पुरेसे गांभीर्य लोकांपर्यंत पोहोचले. सरकारने ही ठोस पावले उचलायला सुरुवात केली. आपणही आपत्तीत सहकार्य केलेच असेल एक सुजाण नागरिक म्हणून.

चीनमधे उगवलेल्या **करोना** या आजाराने जग चिंताग्रस्त झाले होते. तेथील परिस्थिती किती भयावह होती याची निव्वळ कल्पनाच केलेली बरी. करोंनाचा प्रसार हळूहळू वाढायला लागला होता.

आपल्या देशातही त्याचे रुग्ण आढळत होते. आपण हे सारं गांभीर्याने घ्यायला हवे होते. कारण एका करोनाचे पडसाद सर्वत्र अर्थव्यवस्थेवर जनजीवनावर किती गंभीरपणे झाले याची तुम्हाला कल्पना आहेच.

करोंनाचे चीनला असे पोखरणे किंवा वेदनामय होते असेल? एका व्यक्तीचा मृत्यू आपल्या मनाला उध्वस्त करतो, इथे तर प्रेतांच्या राशी पडत असतील तर मन किती विदीर्ण होते ? किती करूण दृश्य होते असेल ते!

प्रचंड मानवी संहार होताना पाहिले की, मनाच्या ठिकऱ्या ठिकऱ्या होतात. यामधून आपणही धडा शिकायला हवा. वैयक्तिक स्वच्छता आणि सामाजिक स्वच्छता ही कसोशीने पाळायला हवी.

वैयक्तिक स्वच्छता काही प्रमाणात बरी आहे पण सामाजिक स्वच्छतेच्या बाबतीत आपली बोंबच आहे. प्रबोधन या दृष्टीनेही व्हायला हवे. करोना वा तत्संबंधी आजार हे संसर्गामुळे होतात. वैयक्तिक पातळीवर आपण आपले संरक्षण केले पाहिजे.

आपल्या आरोग्यासोबत आपण इतरांचाही विचार करायला हवा, म्हणून सार्वजनिक ठिकाणी आपले वर्तन नियंत्रित असायला हवे.

खोकताना, शिंकताना रुमाल वापरावा. उघड्यावर शौचास बसू नये, थुंकू व खोकू नये या सवयींना आळा घातला तर अनेक समस्या चुटकीसरशी सुटू शकतील.

याची सुरुवात प्रत्येकाने आपल्यापासूनच करायला हवी. प्रत्येक मातेने हा संस्कार आपल्या मुलांवर करावा. शिक्षकानी आदर्श वागण्यात सार्वजनिक स्वच्छतेकडे जास्त लक्ष द्यावे.

एकदा चांगले वळण पडले की पुढे फारसे काही सांगावे लागत नाही.

स्वयंशिस्त बाळगणाऱ्या व्यक्ती पुढे जगभरात कुठेही गेल्या तरी आपली मूल्ये सोडत नाहीत.

हा विषय फार गहन आहे कारण लोकसंख्या प्रचंड आहे.

सगळ्यांना एका सूत्रात बांधणे अवघड असले तरी कठीण अथवा अशक्य मात्र नक्कीच नाही.

लोक जागृतीची आवश्यकता आहे, स्वास्थ्य टिकवण्यासाठी प्रत्येकालाच संयमाची गरज आहे.

योग्य दिनचर्या पाळाल, योग्य काळजी घ्याल, अपायकारक कृती आणि सवयी टाळाल, तर शतायुषी होणे सहज शक्य होईल!

8

गो करोना गो करोना

काही वर्षांपूर्वी जगात एकच आणि एकच चर्चेचा विषय होता तो म्हणजे करोना. चीन मधल्या या आजाराने जगभरात हातपाय पसरलेले होते सगळ्यांसमोर याचे प्रश्न होता कोरोनाला प्रतिबंध कसा करायचा.

इतर सर्व प्रश्न बाजूला ठेवून सर्व राष्ट्रीय या आजाराशी दोन हात करण्यास सज्ज झाली होती. एका करुणाने जगभरातील अर्थव्यवस्था मानवी जीवन उद्‌योगधंदे यावर परिणाम केला होता.

समाज माध्यमातून वृत्तपत्रातून रकानेच्या रकाने लिहून येत होते. या रोगाचे पुरेसे गांभीर्य लोकांना कळून भय लोकांपर्यंत पोहोचले होते.

सरकारने ठोस पावले उचलली आणि आपणही आपत्ती सहकार्य करायला हवे याची जाणीव लोकांना झाली.

श्री समर्थ दासबोधात म्हणतात, **धीर धरा धीर धरा। हकवा तकवा। हडबडू गडबडू नका।।** मुळात कोणत्याही अफवांवर विश्वास न ठेवता कठीण काळात कोणत्याही परिस्थितीला संयमाने तोंड द्‌यायला शिकले पाहिजे.

आपले सरकार आणि यंत्रणा पुरेशी कार्यक्षम होती. त्यामुळे करोंनाची फारशी धास्ती नव्हती.

परंतु अगदी गाफीलही राहून चालणारे नव्हते. आपण उष्णकटिबंधात राहतो.

आपल्या सुदैवाने त्या काळात कडक उन्हाळ्याचे दिवस होते.

करोना अशा तप्त वातावरणात तग धरू शकत नव्हता.

या आजाराबद्दल अनेक गैरसमज आहेत, याबाबत लोकांचे प्रबोधन होणे गरजेचे होते.

करोंनाची साथ म्हणजे नेमके काय? हे सर्वप्रथम जाणून घेऊ.

करोना हा एक विषाणू आहे. तो वेगाने वाढतो, वेगाने एका व्यक्तीकडून दुसऱ्याकडे पसरतो.

मानवाच्या श्वसनसंस्थेला त्यामुळे बाधा निर्माण होते.

कोरोनाचे विषाणू दोन प्रकारे पसरतात :

१. रुग्णाच्या खोकल्यातून - रुग्ण खोकल्यावर हवेत तुषार उडतात. हे तुषार रुग्णाकडून हवेत पसरतात. या तुषारातील कणांमध्ये विषाणू असतात. आजूबाजूच्या व्यक्तींनी श्वास घेतल्यावर त्यातून त्याचा संसर्ग होतो.

२. वस्तूंच्या स्पर्शातून - रुग्णाच्या खोकल्यातून काही तुषार त्यातील विषाणूसह आजूबाजूच्या वस्तूंवर पडतात. त्या वस्तूंना आपल्या हातांचा स्पर्श झाल्यावर ते विषाणू हातांना चिकटतात. जर तेच हात चेहऱ्याला किंवा नाकाला लावले तर आपल्या श्वसन मार्गात जाऊन त्याचा संसर्ग होतो.

<u>करोनाची लक्षणे</u>:

- सर्दी होणे
- घसा तीव्रतेने दुखणे
- खोकला, ताप
- श्वास घेण्यास् त्रास होणे
- डोकेदुखी तसेच उलट्या व जुलाब होणे

ही सर्व सामान्य करोनाची लक्षणे आहेत.

धोकादायक लक्षणे:

- तीव्र घसा दुखी
- ३८ अंशापेक्षा जास्त ताप असणे
- धाप लागणे
- छाती दुखणे
- खोकल्यावाटे रक्त पडणे
- रक्तदाब कमी होणे
- नखे निळसर काळी पडणे
- लहान मुलांमध्ये चिडचिड आणि झोपाळूपणा वाढणे

यामध्ये जास्त धोका गरोदर स्त्रिया, उच्च रक्तदाब, मधुमेही व्यक्ती, मूत्रपिंडाचे विकार असणारे, कॅन्सरग्रस्त, दमेकर, जुनाट व सतत बळावणारा खोकला, ज्यांच्यावर किमो चालू आहे अशांना धोका जास्त असतो. वरील लक्षणे असणाऱ्यांनी कोणताही आजार अंगावर काढू नये. करोना चा धोका आता गेला असला तरी या लक्षणांचे भान ठेवलेले चांगले, कारण ही लक्षणे कायमच धोकादायक असतात.

आजाराची केवळ शंका आली तरी वेळ न दवडताच मान्यताप्राप्त डॉक्टरांचा सल्ला घ्या. तसेच जवळच्या सरकारी रुग्णालयात जाऊन करोना विषाणूंच्या निदानाची तपासणी करून घ्या. डॉक्टरांनी सल्ला दिल्यास रुग्णाला त्वरित रुग्णालयात भरती करा.

सगळ्यात महत्त्वाचे, ऐकीव माहिती, अफवांवर विश्वास ठेवू नका.

अशासकीय उपचार, भोंदू डॉक्टरांचे उपचार, ऐकीव उपचार, मनाला वाटणारे घरगुती उपचार करत बसू नका व घेऊ नका.

स्वतःच स्वतःवर उपचार करत बसू नका. मात्र विनाकारणच्या भीतीला ही बळी पडू नका.

लक्षात ठेवा, आपल्याकडे एक म्हण आहे, **भित्यापाठी ब्रम्हराक्षस** त्याचप्रमाणे उगाच घाबराल तर खरंच आजारी पडाल, म्हणून विनाकारणची भीती सोडा, फक्त योग्य काळजी घ्या.

आजार टाळण्यासाठी काय करावे?

- डॉक्टरांच्या सल्ल्याने मास्क वापरावा.
- बाहेर जाताना चेहरा मोठया रुमालाने, ओढणीने झाकून घ्यावा.
- गर्दीच्या ठिकाणी जाण्याचे टाळावे.
- चेहऱ्याला हात लावण्यापूर्वी हात स्वच्छ धुवावेत.
- बाहेर असल्यास सॅनिटायजरचा वापर करावा आणि साध्या साबण व पाण्याने वरचेवर हात धुवावेत.
- खोकला किंवा शिंका आल्यास तोंडावर रुमाल किंवा टिशू पेपर धरावा. तो टिशू पेपर नंतर कचरापेटीत टाकून द्यावा.
- खोकताना वा शिंकताना तोंडासमोर हात धरू नका, मान तिरकी करून थोडी झुकवून कोपर वाकवून ते तोंडासमोर धरा.
- शक्यतो ताप व खोकला असलेल्या रुग्णाचा सहवास टाळावा.
- प्राण्यांचा सहवास टाळावा, त्यांना स्पर्श करू नये.
- तुम्ही या विषाणू पसरलेल्या साथीच्या भागात प्रवास केला असेल आणि जर खोकला आणि श्वास घ्यायला त्रास होत असेल, तरी डॉक्टरांचा सल्ला घ्यावा. गरज वाटल्यास रुग्णालयात जावे.
- पूर्ण शिजवलेले शाकाहारी व मांसाहारी अन्न खावे, चिकन व मटणाची खरेदी प्रमाणित दुकानातूनच करावी.
- रोज कमीतकमी तीन लिटर पाणी तरी प्यावे.
- पुरेशी आणि नियमित झोप घ्यावी, जागरणे टाळावे.
- व्यसनांपासून दूर राहावे.
- मद्यपान धूम्रपान टाळावे.
- मानसिक संतुलन ढळू देऊ नये.
- सारखा आजाराचा विचार करु नये. लक्षात ठेवा, भित्यापाठी ब्रम्हराक्षस.
- थोडक्यात, आजार टाळायला, आजाराचा विचार आणि तुमचा निष्काळजी ओव्हर कॉन्फिडन्स दोनही टाळा.

कोरोना बाबत गैरसमज:

- चिकन अंडी खाऊ नयेत हे धादांत खोटे आहे. पूर्ण शिजवलेल्या मांसातून करोना विषाणू पसरू शकत नाही. खरं तर ७५ डिग्री पेक्षा अधिक तापमानात हा विषाणू जिवंत राहत नाही.
- लसुन खाल्ल्याने करोना विषाणूंचा संसर्ग होत नाही, हे पूर्णपणे दिशाभूल करणारे आहे. यासाठी कोणतेही संशोधन अस्तित्वात नाही. अश्या प्रकारची कोणतीही वनस्पती अथवा औषधं आज मितीला शास्त्रीय पद्धतीने मान्यताप्राप्त नाही.
- चीन मधून आयात झालेल्या गोष्टी वापरू नयेत. आयात वस्तूतून विषाणू पसरू शकत नाहीत. तरीही मनात शंका आल्यास जंतुनाशक औषधांनी त्या वस्तू धुवून घ्याव्यात. चीनमधून आयात केलेली उपकरणे, रंग, पिचकारी, पुस्तके ई. तूनही करोना विषाणू पसरत नाही. शंका असल्यास निर्जंतुक हँडग्लोज वापरावे.
- करोना विषाणूचा संसर्ग झाल्यास रुग्ण मृत्यूमुखी पडतो. आज भारतभरात केंद्र सरकार आणि महाराष्ट्रात राज्य सरकारच्या आरोग्य खात्याने त्याप्रमाणे आयएमएच्या (IMA) सदस्य डॉक्टरांनी अगदी पहिल्या दिवसापासून हा आजार ओळखून त्याचे निदान त्वरित करून रुग्णाला आवश्यक असल्यास त्याला रुग्णालयात भरती करण्याबद्दल मोहीम राबविली आहे. अगदी करोनाची बाधा झाली तरी रुग्ण पूर्णपणे बरा होऊ शकतो. यात रुग्ण दगावण्याची शक्यता अत्यल्प आहे. फक्त जे आजारी आहेत त्यांनी काळजी घ्यावी. आपल्या आधीच्या आजाराला ताब्यात ठेवा. करोनाचा संसर्ग झाल्याची शंका आली तरी घाबरू नका, त्वरित डॉक्टरांचा सल्ला घ्या. महत्त्वाचे म्हणजे अफवा आणि चुकीच्या माहितीवर अधिक विश्वास ठेवू नका. करोनाची साथ लवकरच पूर्ण आटोक्यात आली.

आजार कोणताही असो आपले मन:स्वास्थ्य ठीक असावे. आपले विचार सकारात्मक असतील तर याच काय कोणत्याही आजारावर मात मिळविता येते.

सक्तीचे घरात राहावे लागत असेल तर तो वेळ कुटुंबासाठी द्या. एखादा छंद जोपासा, पुस्तके वाचा, मनोरंजनात्मक कार्यक्रम पहा.

बातम्या पाहून मन:स्वास्थ बिघडवू नका, ज्या डॉक्टरकडे उपचार घेता त्या डॉक्टरवर विश्वास श्रद्धा ठेवा.

तुमची आंतरिक इच्छा तुम्हाला या सर्वातून तारून जाईल.

अखेर गो करोना गो करो ना गो करोना !

९

भय इथले..

भय इथले संपत नाही अशी परिस्थिती जगात ठायी ठायी निर्माण झालेली होती, कारण अर्थातच करोना!

जागतिक संघटनेने आपल्याभोवती पाश आवळायला सुरुवात केली होती. आपल्या देशाची प्रचंड लोकसंख्या पाहता काळजी वाटावी, काळजी करावी अशीच परिस्थिती होती.

त्यावेळी माझे बऱ्याच वृत्त पत्रात लेख प्रसिद्ध होत होते. आरोग्य लेखांतर्गत लोकांशी नित्यनेमाने भेट होत होती. त्यांच्याशी हितगुज साधताना मला नेहमीच आनंद व्हायचा. आत्मीयता वाटायची.

चीनमधील करोना जेव्हा हातपाय पसरू लागला तेव्हा पुढे काय? हा प्रश्न मला नेहमी भेडसावयाचा. बऱ्याच लेखांमध्ये आपण कोणती काळजी घ्यायला हवी याविषयी मी सविस्तर लोकांना जागृत केले होते.

आपल्या आहार पद्धतीमुळे प्राणीसृष्टीकडून मानवाकडे संक्रमित झालेला हा जीवघेणा आजार जगभरात थैमान घालत होता. अगदी बलाढ्य राष्ट्रांनाही याला आटोक्यात आणणे अशक्यप्राय झाले होते.

या पार्श्वभूमीवर आपण दक्ष राहायला हवे होते. तंत्रज्ञानाच्या प्रगतीमुळे आपण जगभरात **कनेक्टेड** राहिलो. समाज माध्यमांमुळे अनेक बातम्या थडकत होत्या, त्यामुळे या आजाराची भीषणता आपल्याला वेळोवेळी लक्षात येत होती.

आपली क्षुल्लकशी चूक देखील आपल्या आणि इतरांच्या जीवावर बेतू शकते म्हणून अतिशय काळजीपूर्वक रहा. असा मित्रत्वाचा सल्ला मी माझ्या लेखांमधून सर्वांना देत होतो.

आजवर अनेक साथी आल्या आणि गेल्या जीवितहानी झाली. देशाच्या आर्थिक नुकसान झाले. पण करोना विषाणूने संपूर्ण जगाला हतबल केले होते.

जंगलात अचानक वणवा पेटावा आणि चहुबाजूने आगेच्या ज्वाळा वेढून घ्याव्यात असे सर्व जगाचे झाले होते. प्रचंड मानवी संहार होत होता! मात्र संहार करणारा अदृश्य होता.

परिस्थिती आटोक्या बाहेरची झाली आहे आणि चिंतेचे दुःखाचे सावट नेतृत्वाच्या चेहऱ्यावर स्पष्ट दिसत होते. या अज्ञात शत्रूने हाहाकार माजवला होता. हे संकट लवकरात लवकर दूर व्हावे ही सर्वांची इच्छा होती.

घरात कोंडून घेण्याचा हा अंतिम पर्याय आपल्याला य़ा शत्रूनं स्वीकारायला लावला. ‘सर सलामत तो पगडी पचास’ अशी म्हण आहे. तसा आधी प्रत्येक अमूल्य जीव वाचवायला हवा.

कोविड – १९ ने जागतिक आरोग्य धोक्यात आणले होते, ती बाब आपण गंभीरपणे घ्यायला हवी. मृत्यू आपल्या दारात आलेला आहे हे आपण ओळखायला हवे होते.

गेल्या काही दिवसांत टीव्हीवरील बातम्या पाहून मन उदास व्हायचे, कारण जनतेची आजाराविषयी असणारी उदासीन दृष्टी. इटली, स्पेन, जर्मनी, चीन, अमेरिका यांना करोनाने नेस्तनाबूत केलेले होते.

आपल्यापेक्षा सधनता, राहणीमानाचा उच्च दर्जा, उत्कृष्ट वैद्यकीय सुविधा अनेक प्रगत राष्ट्रांच्या जनतेला मिळत होती. तरी देखील तिथे करोना वरचढ ठरला.

या देशांच्या तुलनेत आपण अजूनही विकसनशील वर्गात मोडतो. अवाढव्य लोकसंख्या, वैद्यकीय सेवांचा अभाव अनेक त्रुटी आपल्याकडे होत्या. अशा वेळेस तोंडाचे पाणी पळवणारी परिस्थिती निर्माण झालेली होती.

अशा संकटाला आपण ध्येयाने सामोरं जायला पाहिजे होते. फक्त घरात राहायचे एवढेच आपल्याला सांभाळायचे होते. या काळात कोणती काळजी घ्यायला हवी हे व्हाट्सअप, टीव्ही, समाज माध्यमांमधून आपल्याला वारंवार सांगितले जायचे.

आपल्या घरात आपण सुरक्षित आहोत बाहेरचे निरभ्र आकाश आपल्याला खुणावते तरीदेखील आपलं पाऊल बाहेर पडणं हे स्वतःसाठी, कुटुंबासाठी, परीसारसाठी अत्यांत घातक ठरणारे होते.

यासाठीच घरात राहून स्व:ताची आणि परिवाराची काळजी घेणे योग्य होते. त्याच दरम्यान एक व्हाट्सअप मेसेज पहिला आणि त्याची यथार्थता मनाली पटली.

<u>'नियम पाळा' नि 'यम टाळा'</u>

आपल्या हितासाठी प्रशासन, कर्मचारी वर्ग, पोलीस, डॉक्टर, नर्सेस झटत होत्या. आपण घरात सुरक्षित होतो आणि ते जीवाची पर्वा न करता सेवा करीत होते. लहानपणी एका जत्रेत मी 'मौत का कुवा' आणि तो थरार अनुभवला होता.

आज जेव्हा डॉक्टर, नर्सेस, वॉर्ड बॉय, सफाई कामगार, पोलीस आपल्यासाठी जे बाहेर झटत होते, त्यांच्यासाठी तो मौत का कुवाच होता. जिगरबाज नीडर सेवाभावामुळे कोणताही शत्रू गुडघे टिकतो.

आपल्या जीवितासाठी आणि आरोग्यासाठी हे सर्व प्राणपणाने लढतात, मग आपण त्यांना साथ द्यायला नको का? हा विचार माझ्या डोक्यात यायचा. त्यांचं मनोधर्य आपल्या कृतीतून वाढवायला हवे होते.

वैयक्तिक स्वच्छतेकडे प्रत्येकाने कटाक्षाने लक्ष द्यायला हवे होते. सतत हात धुणे आणि आजारी पडणार नाही याची काळजी घ्यायला हवी होती. वैद्यकीय सेवेवर काम पडणार नाही याची दूरदृष्टीने विचार करायला हवा होता.

आपल्या सुरक्षेसाठी काही निर्बंध असले तरी विशिष्ट काळात आपण एकाच व्यक्तीने घराबाहेर पडून भाजी, फळे, दूध, औषध, किराणा, ई. सामान आणायला हरकत नसली तरी अनावश्यक बाहेर हिंडणे चुकीचे होते.

मराठीत म्हण आहे 'विषाची परीक्षा घेऊ नये' करोना पुन्हा तो एकाचा नाही तर सामूहिक बळी घेतोय. ही साखळी आपल्याला तोडायला हवी होती. 'सोशल डिस्टन्सिंग' ही संकल्पना काही काळासाठी अपरिहार्य होती.

याचे महत्त्व सगळ्यांनी समजून घ्यायला हवे होते. आपल्याला माहित नाही नेमका करोना कुणाला झाला आहे ? अनेक पॉझिटिव्ह केसेस मध्ये सुरुवातीच्या काळात कोणतीही लक्षणे आढळली नव्हती.

सगळं नॉर्मल असायचं यामुळे आपण सगळ्यांनी खूप काळजी घ्यायला हवी होती. काय करायला हवं आणि काय नको हे सर्वांना चांगलं माहित होते.

<u>काही खबरदारीच्या उपायोजना</u> :

तुमच्या घरात असला तरी दूध, धान्य, भाज्या घेताना विक्रेत्याच्या संपर्कात येऊ शकता. कदाचित अशी व्यक्ती करोना बाधित असेल तर विक्रेत्याने हाताळलेल्या वस्तू आपण हातळल्या तरीही अश्या माध्यमातून करोना पसरू शकतो. केवळ करोना आहे म्हणूनच नव्हे तर यापुढेही आपण अश्या प्रतिबंधात्मक सवयी हाताळू शकतो.

- घराबाहेर पडताना तोंडाला मास्क, सुती चौपदरी ओढणी बांधून जावे. बाहेरून आल्यावर कपडे धुवायला टाकावेत, हात पाय स्वच्छ धुवावेत.
- आणलेल्या सर्व भाज्या कोमट पाण्यात भिजवून ठेवाव्यात. पाण्यात मीठ टाकून फळे, भाज्या काही तास ठेवाव्यात.
- भाजीची पिशवी कडक उन्हात शक्यतो बाहेरच ठेवावी.
- भाजी घेतानाच दुरूनच हात न लावता थेट पिशवीत टाकण्यात सांगावे. त्याआधी कोणी हाताळल्यास विषाणूचा प्रादुर्भाव व्हायला नको.
- अशा काळात सॅलड वगैरे बनवून खाऊ नये. कच्चे अन्न खाणे टाळावे. शिजवूनच खावे.
- दुधाची पिशवी बाहेरून चांगली धुऊन घ्यावी.

- किराणामाल उन्हात बाहेरच ठेवावा, कडक उन्हात काही तास बाहेर ठेवलेलं अन्नधान्य त्यानंतर वापरावे.
- स्वच्छतेचे सर्व नियम काटेकोर पाळावेत आणि दुसऱ्यानेही ते पाळावेत यासाठी आग्रही रहावे.
- बसता उठता हात धुण्याची सवय लावून घ्यावी.
- नखे कापावीत.
- स्वच्छ रहावे, स्वच्छ दिसावे मन प्रसन्न राहण्यासाठी शरीर स्वच्छ ठेवावे.

जीवनात प्रत्येक वेळी समस्यांचा सामना प्रत्येकाला करावाच लागतो. कोविड-19 ही जागतिक समस्या आहे. माझ्या आजवरच्या आयुष्यात अनेक चढउतार मी अनुभवले आहेत. देशात आणीबाणी जाहीर झाली तेव्हा मी शाळकरी मुलगा होतो. ते दिवस आम्ही अनुभवले अर्थात त्यावेळी जेष्ठ मंडळी होती. त्यामुळे मन निर्धास्त होते.

आज आयुष्याच्या अश्या टप्प्यावर आहे की, अनेक अदृश्य जबाबदाऱ्या आहेत. एक सर्वसामान्य व्यक्ती, कुटुंब प्रमुख, उद्योजक म्हणून मीही कोविड-19 चा सामना करत होतो. करोना जातपात धर्म, लिंग, शिक्षण, तुमचा समाजातील दर्जा पाहत नाही. त्याच्या कचाट्यातून वाचायचे असेल तर एकमेकांच्या संपर्कात येऊ नये हेच बरे होते.

घरात देखील वेगवेगळ्या वयोगटाची मंडळी असतात. त्यांच्याशीही थोडं अंतर राखून राहावे लागत होते. कारण तेच हितावह होते. करोनाने जी हानी केली होती क्वचितच अन्य कोणत्याही गोष्टीने झाली नसेल.

जगापुढे उभा राहिलेला यक्षप्रश्न लवकरच सुटणार होता. त्यासाठी सामूहिक सहकार्याची आवश्यकता होती. आपल्या मनाला आवर घालणे आणि बाहेर पडणे टाळणे एवढेच हातात होते.

अनेक सकारात्मक गोष्टीत आपलं मन रमवून घेणे, छंद जोपासणे यामध्ये स्वत:ला गुंतवून ठेवणे गरजेचे होते. शारीरिक आरोग्यासोबत मानसिक आरोग्य ही तेवढेच महत्त्वाचे होते.

भविष्यात आपले एकजूट ही देशाची एकजूट असणार होती आणि जगभरात भारतीय संस्कृतीला. मानवंदना मिळणार होती. याचे कारण इतरांपेक्षा आपण वेगळे आहोत. आपले संस्कार आपले संस्कृती भिन्न आहे.

त्यामुळे मनोबलावर आपली पडझड थांबलेली होती. आपण अत्यंत चिवट आणि सहनशील संयमी आहोत. प्रतिकूल परिस्थितीतही तग धरून राहण्याची वृत्ती आपल्याला करोनायुद्धात विजय प्राप्त करून देण्यासाठी नक्की उपयोगी पडली यात अजिबात संदेह नव्हता.

त्यामुळे मी सर्वांना नेहमीच एक संदेश देत राहिलो, 'कृपया घरातच रहा निर्भय रहा'.

10

मन चिंती ते वैरी न चिंती

वैश्विक संकट अजून टळलेले नव्हते. या उलट जगात हा नरसंहार सुरूच होता. जीवित हानी होऊ नये यासाठी जागतिक स्तरावर प्रयत्न चालू होते. अभिमानाची बाब अशी की आपल्या देशातील एक गोळी संपूर्ण जगासाठी वरदान ठरली होती. करोंनासाठी लस अथवा औषध शोधून काढले जाणार होते. संपूर्ण जग एकजुटीने या समस्येचे निराकरण करण्याचा प्रयत्न करीत होते. करोडो लोक लॉकडाऊन मध्ये होते. प्रतिबंधात्मक उपाययोजना केल्या जात होत्या.

स्वतःच्या आणि इतरांच्या हिताच्या दृष्टीने आपले सर्वांचे घरात राहणे अत्यावश्यक होते. कठीण वाटत असले तरी अवघड निश्चितच नव्हते. आपल्या सुरक्षिततेच्या दृष्टीने आपला होम स्वीट होम मध्ये शांततेने राहणे महत्त्वाचे होते.

कोणतीही गोष्ट करताना शांतता असायला हवी, मन शांत असले की शरीर ही अस्वस्थ नसते. या लॉकडाऊनच्या काळात या अभूतपूर्व मन:शांतीचा अनुभव आपण नक्कीच घेतला असेल. जे काही घडते ते सर्व आपल्या भल्यासाठीच असते असा सकारात्मक विचार ठेवून सकारात्मक राहणे योग्यच असते. प्रत्येकजण ते करत होता. आपल्या मन:स्थितीचा फार मोठा प्रभाव आपल्या कामकाजावर होत असतो.

करोना पूर्वकाळात आपण खूप बिझी बिझी असायचो. श्वास घ्यायला ही फुरसत नसायची. जीवन इतके वेगाने चालू होतं की कुणालाही थांबायला उसत नव्हती. अर्थात त्याचेही दुष्परिणाम आपले शरीर आणि मन भोगत असते. मुंबईकरांच्या मनगटाला नाही तर मानगुटीवर घडा बांधलेला असतो. अशा ताणतणावातून अनेक समस्या जन्म घेतात कळत नकळत आरोग्य धोक्यात येतेच.

करोना प्रादुर्भावामुळे लॉकडाऊनची स्थिती अनुभवायला लागत होती. सुरुवातीचे काही दिवस ठीक ठीक गेले. पण जसजसे दिवस वाढत जात होते, तस तशी मनात अस्थिरता, भीती घर करून राहू लागली. 'मन चिंती ते वैरी ना चिंती' अशी म्हण हेच दर्शवते की उद्या परवाचे संकट आज जगू नका. टीव्हीवरील बातम्या जगभरातील मृतांचा वाढणारा आकडा पाहून हृदयाचा ठोका चुकायचा. अनामिक भीतीचे दडपण प्रत्येकाच्या मनावर दिवसेंदिवस वाढू लागले होते. प्रत्येक व्यक्तीने खंबीर राहणे गरजेचे होते. प्रत्येक कुटुंबातील व्यक्ती ही एक जबाबदार नागरिक होती. प्रशासनाला संपूर्ण सहकार्य करणे हे आपला आद्य कर्तव्यच होते.

देशातील एकंदर परिस्थिती पाहता जनतेचे संपूर्ण सहकार्य देशाला या संकटातून बाहेर काढू शकले असते मन अतिशय चंचल असते आणि ते ताब्यात राहणे अत्यंत कठीण कर्म घरात बसून राहणे हे मनाला पटत नव्हते कारण इतक्या वर्षांची सवय एकाकी सुटणारी नव्हती. परंतु अंतर्मनाचे प्रश्न विचारावा, आपल्या जीवापेक्षा आपले तात्कालीन मनोरंजन महत्त्वाचे आहे का? बाहेर साक्षात मृत्यू आहे तो केवळ तुम्हालाच नव्हे तर तुमच्या संपर्कात येणाऱ्या प्रत्येकाचा काळ ठरणार आहे. तुमच्या आणि इतरांच्या आरोग्य धोक्यात आणणाऱ्या अशा धाडसीकृत्यांना आवर घालायला शिकणे गरजेचे होते.

एका व्यक्तीच्या हलगर्जीपणाचा फटका शासनाला, जनतेला, आरोग्य विभागाला सोसावा लागतो त्यामुळे घर सोडून बाहेर पडू नये, जीवनावश्यक वस्तूंची खरेदीसाठी घरातली केवळ एकच व्यक्ती बाहेर पडेल आणि सुरक्षिततेचे नियम पाळून जलद घरी येईल अशी परिस्थिती करोना काळा मध्ये सर्वजण जगत होते.

मनुष्य समाजशील प्राणी आहे कम्पू करुन जाणंही मानवी वृत्ती आहे. पण कोविड-19 च्या काळात आपल्याला सोशल डिस्टन्सिंग पाळणं गरजेचं होतं. समाज जगायला हवा. इटली, स्पेन, चीन जर्मनी , अमेरिका यांची भयावह परिस्थिती आपण अनुभवली. 'पुढच्यास ठेच मागचा शहाणा' समाज माध्यमांद्वारे अनेक अपडेट्स आपल्यापर्यंत पोहोचत होते वास्तवाची भीषणता विशद करणाऱ्या या गोष्टी आपल्या आरोग्याच्या आणि जीवताच्या दृष्टीने महत्त्वपूर्ण होत्या. कोणत्या गोष्टीतून आपण काय शिकायचे हे महत्त्वाचे नाही का ?

मध्यंतरी वाचनात आले की जंगलात वणवा पेटला की चहुबाजूनी ज्वाळा भडकलेल्या असतात. सर्व प्राणी बचावासाठी सैरावैरा पळत असतात. हेतू हाच की जीव वाचावा पण त्या वणव्यात जंगलच्या राजासह सर्वजण खाक होतात. एकच प्राणी जगतो तो म्हणजे उंदीर, मूषक. आग लागताच तो जमिनीतील बीळात स्वतःला गाडून घेतो. त्यामुळे आधीपासून संरक्षण मिळून जीव वाचतो. आपल्या सर्वांना गरज आहे गणराजाच्या या वाहनापासून काही शिकण्याची. आपल्या घरात आपण जेवढे सुरक्षित आहोत तेवढे जगात अन्यत्र कुठेही नाही त्यामुळे मला स्वतःला वाटते काही काळासाठी घरात थांबा अविचाराने वागू नका covid-19 एकदा हद्दपार झाल्यावर मोकळे आकाश तुम्हाला बोलावणार होते, समुद्राची गाज तुम्हाला बोलावणार होते त्यामुळे त्यावेळेपूर्ते नीतान्त आवश्यकता होती ते घरात थांबण्याची. आपल्याला कॉलिटी टाईम मिळाला होता या संधीचा पुरेपूर कसा फायदा घेता येईल ? हे पाहण्याची

व्यक्तिमत्व विकासाच्या दृष्टीने हा वेळ सत्कारणी लावता येईल. याचा व्यापक विचार करणे गरजेचे होते. नियमित ध्यानधारणा , हलकासा व्यायाा, पोष क आणि संतुलित आहार, पुरेशी झोप ही दिनचर्या होऊन गेली होती आणि ते होणे आवश्यक होते. आपण इतर आजारांनी अंथरुणावर पडणार नाही याची काळजी घेतली तरी पुरेसे होणार होते. जन संपर्कातून होणारे आजार आपल्याद्वारे इतरांकडे संक्रमित होणार नाही याची खबरदारी मी बाळगली होती,

मनोरंजनाची अनेक साधने घरात असतात टीव्ही, मोबाईल मुळे रिकामा वेळ भरून निघू शकतो. घर कामात होता होई तो मदत सर्वांना केली जात होती त्यामुळे अंगात भरलेला आळस निघून कार्यक्षमता वाढीला लागली. सगळीच घर मोठी नाहीत, म्हणून आहे त्या घरात राहणे उत्तम होते. जगण्यासाठी अशी कितीशी जागा लागते? २४ X ७ सतत संपर्कात राहिल्याने अनेक ठिकाणी खटके उडले होते यासाठी मनावर संपूर्णता नियंत्रण असणे गरजेचे होते. एकाच घरात विविध वयोगटाच्या विविध वृत्ती प्रवृत्तीच्या व्यक्ती वास्तव्यास असतात. हाताची पाचही बोटे सारखी नसतात. तत्वतः एकाच प्रसंगात सर्व व्यक्ती सारख्याच अभिव्यक्त होत नसतात. स्वभाव धर्मातील वैशिष्ट्य सर्वत्र पाहावयास मिळतात आणि आपण नेहमी शारीरिक आरोग्याचा विचार प्रामुख्याने करतो, पण ज्यावर हे शारीरिक आरोग्य अवलंबून आहे त्या मानसिक आरोग्याकडे आपले नाही म्हटले तरी दुर्लक्ष होतेच.

अनेक शारीरिक व्याधी मनाशी संलग्न असतात. कोणत्याही भीषण परिस्थितीत तुम्ही किती टिकाव धरून आहात हे संपूर्णता तुमच्यावर म्हणा, तुमच्या मनावर अवलंबून आहे. मन:स्वास्थ्य बिघडलं की त्याचे दुष्परिणाम त्या व्यक्तीला आणि निकटतम व्यक्तींना भोगावे लागतात. म्हणून आपल्या स्वभावावर नियंत्रण ठेवावे. इतरांचा विचार करावा. आपलाच हेका कायम चालवणे, वादापेक्षा सुसंवादावर अधिक भर द्यावा. वादामुळे अनावश्यक ताण आधी मनावर आणि त्यानंतर शरीरावर दिसू लागतात. त्या काळात बऱ्याच जणांची मानसिक घुसमट झाली होती त्यामुळे सर्वांना त्यांच्या वयोगटा नुसार स्वभाव धर्मानुसार समजून घेऊन आणि चर्चा करून समस्येवर उपाययोजना करावी लागत होती. अश्या वेळी आपल्याला छोट्या शिल्लक वाटणाऱ्या गोष्टी कदाचित इतरांना अत्यंत महत्त्वाच्या असू शकतात.

मन:स्वास्थ हे आपण आपले आपणच जपायचे असते. शरिरांची एखादी जखम औषधोपचार करून काही काळात बरी होऊ शकते. त्या वेदना विशिष्ट काळापत्या मर्यादित असतात. परंतु मनावरचा आघात मनाची जखम आयुष्यभर पुरते.

प्रत्येकाचा पिंड वेगळा असल्याने अशा किती गोष्टी मनावर घ्यायच्या या ज्याच्या त्यानेच ठरवाव्यात. घरात राहणाऱ्या माणसाने एकमेकांची परवा करायला शिकले पाहिजे. दुसऱ्यांचा विचार करणारी अशी किती माणसे या जगात आहेत बऱ्याच जणांना नैराश्य येते कारण त्यांना जसा हवं तसं त्यांना मिळत नाही. अर्थात प्रत्येकाच्या आयुष्यात अशी वेळ केव्हा ना केव्हा तरी येत असते त्यामुळे आपबीतीचा अनुभव असल्यास दुसऱ्या यातना समजू शकतात.

प्रत्येकाचे मानसिक स्वास्थ्य जपले तर शरीर आरोग्याच्या समस्या अगदी नगण्य आहेत. या अवघड काळात आपल्याला आपला शोध घेता येत होता. अनेक दुर्लक्षित किरकोळ बाबी वेळीच उपाययोजना केल्यास भावी आयुष्याच्या दृष्टीने फार महत्त्वाचे ठरेल, जो इतरांचा विचार करतो त्याच्या बाजूने परमेश्वर असतो. ते दिवस तणावाचे असले तरी घरात संवादाचे वातावरण कसे राहील याकडे लक्ष द्यावे असे होते सर्वांनी निश्चय करून आणि आपला आदर्श इतरणपुढे ठेवू हेही दिवस जातील या आशेवर पुढील मार्गक्रमणा करायची होती.

11

मानसिक आरोग्य

करोनाचा विळखा सुटत नाही आणि समस्यांमध्ये मात्र वाढ झालेली दिसते. जगभरातील ही समस्या दिवसेंदिवस प्रचंड मानसिक तणाव निर्माण करीत होती. शारीरिक, आरोग्य, मानसिक व सामाजिक आरोग्य अबाधित राखणे हे आपले आद्य कर्तव्य होते.

मानसिक आरोग्याचा फार मोठा परिणाम व्यक्तीच्या शारीरिक आरोग्यावर होत असतो. व्यक्तीचे बिघडलेले शारीरिक, मानसिक आरोग्य समाजाचे आरोग्य धोक्यात आणते. मानसिक आरोग्य म्हणजे आयुष्यात येणाऱ्या सगळ्या बऱ्यावाईट अनुभवांना अगदी खंबीरपणे सामोरे जाणे.

कुटुंबातील आणि समाजातील इतर लोकांशी चांगले नाते असणे असा आहे. सामाजिक आरोग्य म्हणजे आपण ज्या समाजाचे घटक आहोत त्या सर्वांशी चांगले वागणे गुण्यागोविंदाने राहणे.

जीवनात चढ-उतार असतातच, पण या अनुभवाने एखादी व्यक्ती तावूनसुलाखून बाहेर पडते आणि आयुष्यात खंबीर नेतृत्व करू शकते.

'निश्चयाचा महामेरू । बहुत जनासी आधारो' । ।

पण अस्सल सोन्यालाही अग्नी दिव्यातून जावे लागते. त्याशिवाय त्यातील गुणांना उजाळा मिळत नाही. मानसिक आरोग्य ठीकठाक असणाऱ्या व्यक्तीचं कोणाला कोणत्याही वादळाला सामोरे जाऊ शकतात. यास्तव व्यक्तीचे मन चिवट आणि निग्रही असायला हवे.

भारतीय संस्कृतीत पूर्वी एकत्र कुटुंब पद्धती होती. सर्व वयाच्या स्त्री पुरुषांनी एकमेकांच्या नातेसंबंधात कसे वागावे? याविषयी अलिखित नियम होता आणि निरीक्षणावरून, अनुभवावरून व्यक्ती ते पाळत असे.

'हे विश्वचि माझे घर' असे माऊलींनी म्हटले आहे. भल्याबुऱ्या अनुभवानंतर ही कुटुंबातील, नात्यातील आणि समाजातील इतर व्यक्तींशी, ज्याला नातेसंबंध अबाधित राखता येतात अशी व्यक्ती मानसिक आरोग्याचे निकष पूर्ण करते.

स्वकेंद्री मनो:वृत्तीची लोक इतरांचा विचार करू शकत नाही. स्वार्थ आला की परमार्थ नाहीसा झाला असे समजावे. मानसिक आरोग्य चांगले असणे ही कोणत्याही व्यक्तीची, समाजाची, वर्गाची मत भिन्नता नसते.

'पिंडेपिंडे मतीर भिन्नता' व्यक्तीच्या स्वभावधर्मानुसार व्यक्ती खंबीर अथवा कमकुवत असू शकते. ज्याचे शारीरिक आरोग्य चांगले आहे, थोडक्यात जो धट्टाकट्टा आहे त्याचे मानसिक आरोग्य चांगले असेलच असे नाही.

अशी व्यक्ती एखादा मानसिक आघात झाल्यास मनाने कोलमडून जाते अथवा उध्वस्त होते. किरकोळ शरीरयष्टीच्या व्यक्ती खंबीर मनामुळे जीवनातील चढ-उतारांना फार यशस्वीपणे तोंड देतात आणि स्वतःचे आणि इतरांचेही जीवन घडवतात.

मानसिक आरोग्य चांगले असणाऱ्या व्यक्ती समाजात जास्त प्रमाणात असतील तर तेथे सामंजस्य, बंधुभाव, आपुलकी आणि आशावाद आढळतो. अश्या व्यक्तींमुळे कौटुंबिक, सामाजिक जीवनमान गतिमान राहते. तेथे आपुलकीचा ओलावा असतो.

मानसिक आरोग्य चांगले असणे म्हणजे काय तर सद्सद्विवेक बुद्धी जागृत असणे. ज्या व्यक्तींची सारासार विचार करण्याची वृत्ती आहे अशी व्यक्ती दुष्कृत्य करणार नाही. कुठलाही वाईट विचारही तिच्या मनाला शिवणार नाही.

अश्या व्यक्तींचा मिळून समाज बनतो आणि अश्या सतशील व्यक्ती समाजविघातक, आत्मघातकी कृत्य अजिबात करणार नाहीत.

सुसंस्कारांचा आणि चांगुलपणाचा पगडा ज्यांच्यावर असतो, त्यांच्या हातून लांछनास्पद कृत्य घडत नाही.

आपल्याकडे अनेक समस्या आहेत, वैयक्तिक ते वैश्विक असं आपण वर्गीकरण करू शकतो. शांत आणि स्थिर मनोवृत्तीची व्यक्ती कोणत्याही समस्याने गडबडून जात नाही. विपरीत परिस्थितीतही टोकाचे पाऊल उचलले जात नाही.

संतुलित मन व्यक्तीला पारदर्शक विचार करायला लावतो. तुम्ही कोणत्याही धर्माचे असाल पण कोणताही परमेश्वर तुम्हाला विधायक कर्म करायला शिकवतो. विविध अवतारातून, उदाहरणांमधून समाजापुढे अश्या अवतारी पुरुषांनी उदार दृष्टीकोन प्रस्थापित केले आहेत.

मानसिक स्वास्थ्य पूर्णतः व्यक्तीशी निगडित आहे. गडगंज पैसा, स्थावर जंगम मालमत्ता असून देखील एखादी व्यक्ती मनाने अस्थिर असते. याच्यात दुष्परिणाम म्हणून की काय अश्या व्यक्तीला अनेक व्याधींना सामोरे जावे लागते.

मग हे दुष्टचक्र चालू राहते, 'आधी मन परेशान त्यामुळे देह परेशान'.

अनेक अत्याधुनिक तपासण्यांमध्ये कोणताही आजार न सापडलेल्या व्यक्ती अनेक समस्यांनी ग्रस्त असतात. त्यांच्या आजाराचे मूळ हे त्यांच्या मनात दडलेले असते.

मानवी मन हे हिमनगासारखे असते, त्याचा एक अष्टमांश भाग फक्त दिसतो. बाकी मनातल्या खळबळीच्या, वादळांचा अंदाज कोणालाच लागू शकत नाही. एवढं सगळं गुढं आणि अतार्किक आहे.

शरीराला मोजमाप, मापदंड असू शकतील, पण मनाला कोणत्याच मोजमापात बंदिस्त करता येत नाही. मुळात मानवी मन हे दाखवता येत नाही, तो कोणताही अवयव नाही.

मात्र त्याच्याशिवाय शरीर जगू शकत नाही. भावभावनांचा संबंध हा सुद्‌धा मानवी मनाशी जोडलेला आहे. ज्याचे मन निरोगी असते तो सौख्य भोगायला अगदी सक्षम असतो.

आजचे युग हे स्पर्धेचे आहे. स्पर्धेच्या युगामुळे ताण तणावाची व्याप्ती वाढत असून, अगदी लहान मुलांपासून ते तरुण-तरुणी, प्रौढ महिला व पुरुष असून सर्वांनाच विविध ताणांनी आपल्या जाळ्यात ओढलेले आहे, यातून कुणाची सुटका नाही. एकत्र कुटुंब पद्धतीतून आपण एकल कुटुंब पद्धतीत वळलो आणि समस्यांमध्ये वाढ होत गेली.

शारीरिक आजार ओळखता येतात, परंतु मनाचे आजार ओळखणे तितकेसे सोपे नाही. व्यक्तीच्या वर्तनशैलीतून ती मानसिक दृष्ट्या सक्षम आहे की नाही हे ओळखता येते. अनेक दडपणे असल्याने आणि संवाद साधण्यासाठी योग्य व्यक्ती नसल्याने अनेकांची घुसमट होते.

मानसिक कुचंबणा आणि घुसमट यामुळे व्यक्ती वैफल्यग्रस्त होते. नैराश्येच्या गर्तेत सापडल्याने कदाचित आत्मघातकी पाऊल उचलले जाते. बऱ्याचदा सर्व चांगलं चाललंय असे वरून दिसत असले तरी काही व्यक्ती आतून अगदी पोखरलेल्या असतात. हाही ताण सहन न होऊन त्या आपले जीवनयात्रा संपवतात.

दिवसेंदिवस आत्महत्या तसेच मानसिक आजरांचे प्रमाण वाढत आहे. २१ व्या शतकातील सर्वात मोठा आजार म्हणून मानसिक आजार असल्याचे अनेक जाणकारांनी सांगितले आहे. आपल्या शारीरिक आरोग्यासोबतच आपण आपल्या मानसिक आरोग्याची काळजी घ्यायला हवी. आपली जीवन पद्धती अशी वेगवान झाली आहे, की थांबायला कुणाला उसंतच नाही.

कोविड-19 मुळे जगाने एकसाथ सक्तीची विश्रांती घेतली. अन्यथा सातत्याने वेगवान राहण्यात, पुढे जाण्यात आपण आपल्या जगण्यातला खरा आनंदच हरवून बसलो आहोत. सोबत फास्टफूडचा मारा!

या जंकफूडने सर्वांचेच आरोग्य धोक्यात आले आहे. हे सर्व आपल्याला कळत नाही असे नाही. कळत असूनही कधीकधी इलाज नसतो. त्याचे दुष्परिणाम आपल्या आरोग्यावर होतात. शारीरिक व्याधी जर लवकर बऱ्या झाल्या नाहीत तर त्याचा परिणाम कार्यक्षमतेवर आणि मनावर होतो.

नकारात्मक विचारांमुळे पुन्हा शारीरिक, मानसिक समस्या तीव्र होतात. असं दुष्टचक्र प्रत्येकाच्या आयुष्यात चालू असते.

आपल्याला सगळं छान सुरळीत वाटू लागतं, पण प्रत्यक्षात तसे नसते 'दुरून डोंगर साजरे जवळ जाता दऱ्या खोरे' अशी म्हण आहे. ती समर्पक आहे. आपण रट रेस मध्ये अडकलो आहोत आणि जीवनाचा खरा आनंद हरवून बसलो आहोत. 'तूच आहेस तुझ्या जीवनाचा शिल्पकार' असे आपण वाचतो. सुंदर कलाकृती घडवता येत नाही आणि तीव्र स्वरूपाची चिडचिड निर्माण होते.

12

सामाजिक स्वास्थ्य

करोनाच्या पार्श्वभूमीवर आरोग्य हा विषय वैश्विकदृष्ट्या महत्त्वपूर्ण ठरला आहे. सार्वजनिक स्वच्छता हे सार्वजनिक आरोग्याचे एक महत्त्वाचे अंग आहे. 'आरोग्य संपन्न किंवा निरोगीय पर्यावरणीय परिस्थिती' निर्माण करण्याची कृती किंवा प्रक्रिया म्हणजे 'सार्वजनिक स्वच्छता' होय.

'सार्वजनिक आरोग्य' म्हणजे 'समाजाच्या किंवा एकूण लोकसंख्येच्या आरोग्याची अवस्था' होय. 'लोकांचे आरोग्याचे रक्षण करणे त्यांची गुणवत्ता वाढवणे व ते सुधारणे यासाठी समाजाने संघटित केलेल्या प्रयत्नांना सार्वजनिक आरोग्य' म्हणतात.

विविध विज्ञान शाखा, कौशल्य व लोक समृद्धी यांचा समावेश होतो म्हणजे सामूहिक कृतीद्वारे आरोग्य टिकवण्याच्या व सुधारण्याच्या दृष्टीने या प्रणालीचा उपयोग करतात.

सार्वजनिक आरोग्य विषयक कार्यक्रम व सेवा आणि त्यात कार्यरत असलेल्या संस्था यामध्ये रोगांचा प्रतिबंध करणे समग्र लोकसंख्येच्या आरोग्यविषयक गरजा भागवणे यावर भर देतात. रोगाचे प्रमाण अकालीन मृत्यू शारीरिक द्रौबल्य, अस्वास्थ्य, कुपोषण ई. कमी करणे हे सार्वजनिक आरोग्याचे जादा व पूरक उद्दिष्ट असते. आपल्या मनात सामाजिक आरोग्य या विषयाला तितकं महत्त्वाचे स्थान आलेलं दिसत नाही.

आपली आरोग्याची संकल्पना आजही माझा आहार, माझा व्यायाम, माझी तब्येत, माझी औषधं, माझे डॉक्टर आणि माझ्या आरोग्य विमा अशा एका संकुचित वर्तुळात अडकलेली आहे. खरंतर आपल्या आजूबाजूच्या अत्यंत सामाजिक घटकांवर अवलंबून असतं.

आपलं सामाजिक आरोग्य टिकावं म्हणून प्रत्येक देश काही ना काही उपाययोजना करीत असतो. जगाच्या कानाकोपऱ्यात चालले वेगवेगळे प्रयोग समजावून घेणे आणि त्यातील यशस्वी आणि अपयशी मार्गाचा विश्लेषण करणे. आपल्या देशाच्या विशिष्ट गरजानुसार ते स्वीकारून अंमलबजावणी करणे, हे सामाजिक आरोग्याच्या दृष्टीने महत्त्वाचे आहे.

एकंदरीत सामाजिक आरोग्याबाबत बोलायचे तर आपल्याकडे स्थिती ही 'थोडासा मीठा और बहुत कुछ खट्टा' अशी आहे.

'सार्वजनिक स्वच्छता' हे जसे सार्वजनिक आरोग्याचे एक महत्त्वाचे अंग आहे तसे 'वैयक्तिक स्वच्छता' हे देखील सार्वजनिक स्वच्छतेचे अंग ठरते. रोगाचा प्रतिबंध व नियंत्रण करण्यासाठी पर्यावरणाचे नियमन करणाऱ्या यंत्रणा विविध प्रयत्न करतात असे प्रयत्न सार्वजनिक स्वच्छतेचे भाग असतात. सार्वजनिक स्वच्छतेत वैयक्तिक स्वच्छताही अंतर्भूत असते कारण वैयक्तिक स्वच्छतेमुळे समाजाचे रोगापासून रक्षण करणाऱ्या कामाला मदत होते.

ही सर्व यंत्रणा व्यापक स्वरूपात काम करताना आढळते. जसे अनेक प्रकारचे व्यवसाय व विविध शासकीय यंत्रणा समाजाच्या आरोग्य रक्षणासाठी एकत्रितपणे काम करतात. पिण्याच्या तसेच वापरायच्या पाण्यावर संस्करण करणारी सयंत्रे, सांडपाण्यावर संस्करण करणारी यंत्रे तयार करणे व ही सयंत्रणे चालू ठेवणे ही कामे स्वच्छता अभियंते करतात.

निरोगी पर्यावरण वृद्धिंगत करणाऱ्याला सहाय्यभूत ठरतील असे कायदे तयार करून त्यांची अंमलबजावणी करण्याचे काम शासकीय यंत्रणा करतात. अन्न व खाद्यपदार्थांवर संस्करण व प्रक्रिया करणे आणि त्यांचे वाटप करणे, घनकचऱ्याची विल्हेवाट लावणे तसेच पाण्यावर वाहीत मलावर संस्करण करणे ही सार्वजनिक स्वच्छतेची कार्ये आहेत.

हवेचे प्रदूषण व कृतक (कुरतडणारे) प्राणी यांचे नियंत्रण करण्याचे कामही सार्वजनिक स्वच्छतेत येते. बहुसंख्या आजार अस्वच्छतेमुळे फैलावतात. भारतामध्ये शौचकुप किंवा संडास सर्वोत्तम मार्ग आहे.

- पुष्कळसे रोग विशेषतः अतिसार (डायरिया) मानवी मलामध्ये आढळणाऱ्या रोगजंतूमुळे होतात. जर रोगजंतू जेवण किंवा पाणी, हात, भांडी किंवा स्वयंपाकाच्या जागी पोचले तर ते तोंडावाटे गिळलेही जाऊ शकतात आणि या रोगाचा प्रसार सुरू करतात.
- रोगजंतूंचा प्रसार थांबवण्यासाठी सर्वात उत्तम एकमात्र उपाय आहे. सर्व मलाची मानव किंवा पशूचा, सुरक्षित विल्हेवाट लावावी. मानव मल शौचकुप किंवा शौचालयात टाकून द्यावा. संडास नेहमी स्वच्छ ठेवावेत. पशुचा मल घर, रस्ते आणि मुलांच्या खेळायच्या जागेपासून खूप दूर ठेवायला हवे.
- शौचकुप किंवा संडासचा उपयोग करणे शक्य नसेल तर सर्वांनीच घर, रस्ते, पाण्याचे स्त्रोत आणि मुलांच्या खेळायच्या जागेपासून खूप दूर जाऊन मलत्याग करावा आणि मल ताबडतोब पुरून टाकावा.
- सर्व प्रकारचा मल, अगदी लहान मुलांचाही रोगजंतूंचे स्थानांतरण करतो आणि म्हणून धोकादायक आहे. जर मुले शौचकुप किंवा संडासाविना लॅट्रिन किंवा पोटीविना मलत्याग करतात तर त्यांचा मला ताबडतोब शौचकुप किंवा संडासात टाकून द्यावा.
- लॅट्रिन आणि संडास नेहमी स्वच्छ ठेवावेत. लॅट्रिन झाकून ठेवावी आणि शौचाकूपामध्ये फ्लश वापरायला हवा.
- स्थानिक सरकार आणि एनजीओ कमी खर्चात सॅनिटरी लॅट्रिन बनवायचा सल्ला देऊन समुदायाची मदत करू शकतात.

मुलांमध्ये बहुतेक रोग आणि मृत्यूच्या घटना घाणेरड्या हातांनी खाल्ल्याने किंवा घाणेरडे पदार्थ खाल्ल्याने होतात. त्यापासून त्यांच्या तोंडावाटे शरीरात पुष्कळसे रोगजंतू जातात. मानव आणि पशूच्या मलापासून देखील हे येतात.

चांगल्या आरोग्य सवयीमुळे विशेषत: डायरिया पासून बचाव होऊ शकतो.

सर्व प्रकारचा मल शौचाकुप किंवा शौचालयात फेकणे, मुलाच्या मलाशी संपर्क झाल्यानंतर किंवा मुलांना खायला देण्याआधी किंवा खाद्यपदार्थ स्पर्श करण्यापूर्वी हात साबण आणि पाण्यासह चांगले धुऊन घ्यावे किंवा राख आणि पाण्याने धुतले तरी चालतात.

कोणताही मल चांगल्या प्रकारे साफ करणे आणि पशुचा मल घर किंवा रस्ता, विहीर आणि मुलांच्या खेळायच्या जागेपासून खूप दूर ठेवावे. सर्वांनी एकत्रित होऊन शौचकुप आणि संडास बनवावे आणि त्याचा वापर करावा.

जलस्त्रोतांचे संरक्षण करणे आणि कचरा तसेच घाण पाणी यासारख्या गोष्टींची सुरक्षित विल्हेवाट लावण्याची आवश्यकता असते. सरकारद्वारे समाजाला स्वस्त दरात शौचकुप आणि संडास बनवण्यासाठी आवश्यक सूचना देणे आवश्यक आहे. हे सर्व कुटुंबाद्वारे वहनिय आहे.

नागरिक क्षेत्रात कमी खर्चात ड्रेनेजची सुव्यवस्था, सुधारित पेय जलपूर्ती आणि कचरा गोळा करणे, यासारख्या कामांसाठी सरकारी मदतीची गरज असते. सगळ्याच बाबी सरकारवर ढकलण्यात काही अर्थ नसतो. काही बाबी व्यक्तिगत स्वच्छता, कौटुंबिक स्वच्छता या अंतर्गत येतात.

- सर्व प्रकारच्या मलाची सुरक्षित विल्हेवाट लावायला हवी. शौचाकुप किंवा संडास सर्वात चांगला विकल्प आहे.
- कुटुंबाच्या सर्व सदस्यांनी ज्यामध्ये मुलांचाही समावेश आहे, मलसंपर्कानंतर खाण्याला स्पर्श करण्यापूर्वी आणि मुलांना दूध पाजण्याआधी आपले हात खूप चांगल्या प्रकारे साबण आणि पाणी किंवा राख आणि पाण्यावर धुणे हे फार आवश्यक आहे.
- साबण आणि पाण्याने रोज चेहरा धुतल्याने डोळ्यांच्या संसर्गापासून बचाव होतो. विश्वाच्या पुष्कळशा भागामध्ये डोळ्यांचा संसर्ग ट्रॅकोमाकडे नेतो. त्याने अंधत्व येऊ शकते.

- पाणी एखाद्या सुरक्षित स्त्रोतपासून घ्यावे किंवा शुद्ध केलेले पाणी वापरावे. पाणी स्वच्छ ठेवण्यासाठी पाण्याच्या भांड्यांना झाकून ठेवावे हे आवश्यक आहे.
- कच्चे किंवा उरलेले खाणे धोक्याचे ठरू शकते. कच्चे पदार्थ नीट शिजवून खावेत. शिजवलेले अन्न पूर्णपणे गरम करून उशीर केल्याविना खावे.
- खाद्यपदार्थ, भांडी आणि स्वयंपाकाची भांडी ठेवायची जागा नेहमी स्वच्छ ठेवाव्यात. खाद्यपदार्थ नेहमी झाकून ठेवावे. घरातील सर्व कचऱ्याची सुरक्षित विल्हेवाट लावायला हवी कारण यामुळे रोगापासून बचाव होतो.

मुळात अन्न शिजवताना विशेष काळजी घ्यायला हवी. अन्न शिजवतानाच थोडीशी काळजी घेतली तर कुटुंबाला अन्नातून होणाऱ्या विषबाधेपासून, आजारापासून दूर ठेवू शकतात.

- अन्न ज्या ठिकाणी शिजवले जाते तो भाग व अन्न तयार करण्यासाठी वापरण्यात येणारी भांडी स्वच्छ असावी.
- शिळे किंवा दूषित अन्न खाणे टाळावे.
- जेवायला बसण्यापूर्वी व जेवायला वाढण्यापूर्वी हात स्वच्छ धुवावेत.
- भाज्या वापरण्यापूर्वी स्वच्छ धुवाव्यात.
- अन्न योग्य पद्धतीने साठवून ठेवावे.
- तयार खाद्यपदार्थ खरेदी करताना त्याच्या वेष्टणावरील वापरण्याची मुदत तपासावी व मुदत संपली नसेल तरच तो पदार्थ खरेदी करावा.
- स्वयंपाक घरातील कचऱ्याची योग्य विल्हेवाट लावावी.

गोष्टी साध्या असतात पण त्या न पाळल्यामुळे रोगाला आपण निमंत्रण देतो. कधीकधी व्यक्तिगत कौटुंबिक अस्वच्छतेमुळे सामाजिक स्वास्थ्य धोक्यात येऊ शकते.

'सावध राहा राहा काळजी घ्या'.

13

प्राथमिक उपचार पेटी

आरोग्य संदर्भात आपण याआधी बऱ्याच गोष्टी पाहिल्याआहेत. करोनाच्या या पार्श्वभूमीवर ही वैश्विक समस्या ठरली आहे. जागतिक पातळीवर सर्वांना विचार करायला लावणारी ही परिस्थिती आणि आरोग्याचा संबंध अगदी निकटचा आणि जिव्हाळ्याचा आहे. ठायी ठायी आपल्याला आरोग्याची आवश्यकता आहे.

आपल्या घरात आपण अतिशय सुरक्षित असतो. शहरी भागात राहणाऱ्यांना दवाखाने, डॉक्टर त्वरित उपलब्ध होऊ शकतात. ग्रामीण भागात अजूनही या सुविधा सर्वतो दूर पोहोचलेल्या नाही. छोट्या छोट्या आजारांसाठी आपल्या घरातील स्वयंपाक घर मदतीला येते. अश्या प्रसंगी 'प्रथमोपचार' हे सर्वांना माहिती असायला हवेत, त्यामुळे एखाद्याचे प्राण वाचू शकतात.

प्रत्येक घरात, ऑफिस, शाळा, महाविद्यालयात एक प्रथमोपचार पेटी असायला हवी आणि ती कशी व कधी वापरायची याचे उत्तम ज्ञानही असायला हवे. निदान या प्रथमोपचार पेटीत असते तरी काय? ही माहिती हवी.

- निरनिराळ्या आकाराच्या बँडेज च्या पट्ट्या
- जखमेवर बांधण्यासाठी जाळीची पट्टी
- चिकटपट्टी

- त्रिकोणी व गोल गुंडाळता येणारी बँडेजेस
- औषधोपचारासाठी वापरला जाणारा कापूस
- बँडेड
- छोटे विजेरी टॉर्च
- कैची
- रबराचे हातमोजे (दोन जोडे)
- छोटा चिमटा
- सुई
- स्वच्छ व सुती कापडाचे तुकडे
- अँटिसेप्टिक (डेटॉल किंवा सॅवलॉन)
- थर्मामीटर
- पेट्रोलियम जेली
- निरनिराळ्या आकाराच्या सेफ्टी पिन
- डॉक्टरांच्या सल्ल्याशिवाय घेता येणारी औषधे
- अस्पिरिन, क्रोसिन किंवा तत्सम वेदनाशामक गोळ्या
- जुलाब थांबण्यासाठीच्या गोळ्या
- एण्टासीड
- मधमाश्याच्या दशांवरील अँटिहिसटामाइन मलम
- लक्झेटीव्ह

प्रथमोपचाराची पेटी सर्वांना सहज उपलब्ध होईल अशा ठिकाणी ठेवावी. प्रवास करताना, कॅम्प, ट्रीपला जाताना पटकन सापडेल अशा ठिकाणी असावी, शक्यतो सोबत असावी. पेटीतील औषधे त्यांची मुदत संपताच त्वरित बदलावी.

ही काही पथ्ये पाळली तर एखाद्याच्या जीवावर बेतले असता तुमच्याकडील ही पेटी फार मोठे 'आयुध' ठरू शकते आणि अमूल्य प्राण वाचू शकतात. जेव्हा कोणी जखमी होते किंवा आजारी पडते, जेव्हा संकटकालीन परिस्थिती असते त्यावेळी प्रथमोपचार देण्याची वेळ येते. हीच वेळ रोग्यासाठी महत्त्वाचे असते. तुमच्या घरात प्रथमोपचार साहित्य आहे याची खात्री करून घ्या. त्यात काही सामान्य औषध

जरूर ठेवा. सर्वात महत्त्वाचे म्हणजे प्रथमोपचाराची पेटी आणि तुम्ही आणलेली औषधे लहान मुलांपासून दूर ठेवा. कुतुहलाचा विषय म्हणून लहान मुले काही करू शकतात. कारण त्यांना परिणामाची जाणीव नसते. आपणच काळजी घेतलेली बरी!

डॉक्टर येण्यापूर्वी तुम्हाला एखादी परिस्थिती योग्य रीतीने सांभाळता आली पाहिजे, जेणेकरून त्या रुग्णाचे जास्त नुकसान होणार नाही आणि डॉक्टरला चटकन परिस्थितीच्या आकलन होऊन तो उपाययोजना करू शकेल.

- रोग्याला वाचवताना प्रथम तुम्ही स्वतःला सुरक्षित ठेवा. घडणाऱ्या प्रसंगाकडे बघून काय पाऊल उचलायचे ते ठरवा.

शक्य असेल तेव्हा रक्तापासून व शरीरातील द्रव्यापासून स्वसंरक्षणासाठी हात मोजे घाला. जेणेकरून तुम्हाला जंतू संसर्ग होणार नाही.

- बिकटप्रसंगी रोग्याची जीभ टाळूला अडकलेली नाही किंवा काही वस्तू त्यात अडकली नाही याची खात्री करून घ्या.

त्याचा श्वासोच्छ्वास संथपणे चालू राहिला हवा. त्याला श्वासोच्छ्वासात अडथळे येतात हे लक्षात आले की, त्याला कृत्रिम श्वास देण्याची लगेच गरज असते.

- जसे तुम्ही रक्त येते का ते पहाल, तेव्हा त्याचा रक्तप्रवाह आणि हृदयाचा ठोका देखील संथ आहे का ते पहा.

फक्त रक्तप्रवाह जोरात असेल आणि त्याने जालीम औषध प्याले असेल किंवा त्याच्या हृदयाचे ठोके बंद झाले असतील, तर त्वरित धावपळ करा. अशावेळी प्रत्येक क्षण महत्वाचा असतो हे विसरू नका.

- विष प्राशन केलेल्या व्यक्तीने कोणते विष किती प्रमाणात घेतले हे तिथे पडलेल्या बाटलीवरून डॉक्टरांच्या लक्षात येऊ शकते.

अशा वेळेस ती बाटली हॉस्पिटलला जाताना व्यवस्थित पॅक करून घेऊन जा. बऱ्याचदा सर्पदंशाने एखादी व्यक्ती अत्त्यवस्थ असते आणि जमावणे सर्प मारून टाकलेला असतो. तो सर्पही सोबत न्यायला हवा, जेणेकरून तो विषारी आहे की बिनविषारी आणि त्याला काय इंजेक्शन द्यायचे ते डॉक्टरला समजू शकते. बऱ्याचदा सर्प बिनविषारी असतात पण सर्व चावला हा संदेश मेंदूला इतक्या झटक्यात आणि नकारात्मक जातो की, या भीतीने आपण मरणार असे रुग्णाला वाटू लागते. प्रत्यक्षात असे नसते.

हे फार महत्त्वाचे आहे. एखाद्या माणसाच्या मानेवर किंवा पाठीवर आघात झाले असतील तर त्याला मुळीच हलवू नका. त्याला आहे त्याच स्थितीत ठेवा. त्यामुळे तो पुढील अपघातापासून वाचेल.

त्याला उलटी झाली असेल आणि तुम्हाला खात्री असेल की त्याची मान ठीक आहे तरच त्याला कुशीवर करा आणि त्याला गरम ठेवण्यासाठी एखादे पांघरूण घाला.

अशी आपातकालीन परिस्थिती निर्माण झाल्यावर डॉक्टरांना बोलवायला लगेच व्यक्ती पाठवा. त्या व्यक्तीला परिस्थितीचे, पेशंटच्या बाबतीत काय घडले आहे ही माहिती असावी.

डॉक्टरांना परिस्थितीचे गांभीर्य समजावून सांगायला आणि घटना स्थळी बोलवण्यासाठी प्रवृत्त करण्याचे कौशल्य, शाब्दिक भांडार आणि तत्परता अशा व्यक्तीच्या अंगी असावी.

चार हुशार तत्पर व्यक्तींनी परिस्थिती नियंत्रणात आणावी. उगाच सल्लामसलत करून घोळ घालू नये. जी व्यक्ती डॉक्टरला बोलवायला जाईल त्याला परिस्थिती नीट समजावून सांगा आणि घटनास्थळी डॉक्टर जाईपर्यंत इतरांनी काय करायला हवे तेही विचारून घ्यावे.

१. आपण शांत राहणे, मन स्थिर ठेवणे हे महत्त्वाचे आहे. उगाच गोंधळ घालण्यात आरडाओरडा करण्यात अर्थ नसतो. तुमच्या शांत आणि धीरगंभीर वागण्याने रुग्णाला मानसिक आधार मिळू शकतो.

२. अर्धवट सल्ले अयोग्य उपचार करू नका. आपल्याकडे अनेकांना खूप सल्ला द्यायची सवय असते. अशा गदारोळात रुग्णाची परिस्थिती बिकट आणि गंभीर होते. कधी कधी त्याच्या जिवावर बेतू शकते.

३. अर्धजागृत वा बेशुद्ध माणसाला कोणतेही पेय देऊ नका, ते पेय त्याच्या श्वसननलिकेत अडकून त्याच्या श्वासोच्छवासात विघ्न येऊ शकते. बेशुद्ध माणसाला गदागदा हलवून अथवा फाफडून जागवण्याचा प्रयत्न करू नये.

४. जी व्यक्ती स्वतःबद्दल काही सांगण्याच्या मन:स्थितीत नसेल अशा व्यक्तीला मधुमेह, उच्च रक्तदाब, टीबी, दमा, हार्ट सर्जरी, रक्तगट 'ओआरएच निगेटिव्ह', एखादी ॲलर्जी, चालू औषधे, नियमित औषधे, त्यांची झालेली ऑपरेशन, कॅन्सर असल्यास कोणता आणि त्यावरील ट्रीटमेंट याचा शोध घ्यावा. कौटुंबिक सदस्यांकडून ही सर्व माहिती जाणून घ्यावी.

मोठ्या हॉस्पिटलमध्ये दाखल झाल्यावर रुग्णाची तपासणी झाल्यावर त्याच्या फॅमिली डॉक्टरशी संबंधित डॉक्टरला बोलावयास लावावे. त्याने औषधोपचाराला योग्य दिशा मिळते. आणि अनाठायी वेळ वाचतो. कोणत्याही प्रकारची केस हिस्ट्री नसलेला अत्याव्यस्थ रुग्ण आणि सगळी माहिती असलेला रुग्ण, यांच्यावर उपचार करताना तेथील डॉक्टरांना आपण सहकार्य करावे. परिस्थिती तणावपूर्ण असली तरी आपण सद्सद्विवेक बुद्धी सोडू नये.

डॉक्टरांवर किंवा नर्सेसवर हल्ले होण्याचे प्रमाण वाढले आहे. त्याने प्रश्न सुटणार नाही. डॉक्टर हा देखील एक माणूसच असतो अगदी तुमच्या आमच्यासारखा! त्याचा दवाखान्यात किंवा रुग्णालयात वेदनांशी संबंध येत असतो. 24 × 7 काम करणाऱ्या या व्यक्तींवर रागाच्या भरात हल्ले करू नये. आपला रुग्ण कोणत्या परिस्थितीत त्यांच्या हातात दिला. त्याचे वाचण्याचे चान्सेस नसतील तर डॉक्टरांच्या देखील मर्यादा असतात.

ईश्वरीय सत्तेत डॉक्टर ढवळाढवळ करू शकत नाही. शिवाय कोणीही अमरपट्टा घेऊन जन्माला आलेला नाही. थोडक्यात आपण आरोग्यपूर्ण सुरक्षित जीवन जगावे आणि जगू द्यावे!

14

आरोगयपूर्ण आनंदी जीवन

आरोग्य संदर्भात आपण उहापोह करत आहोत. आरोग्य हा घटक वैयक्तिक, कौटुंबिक, सामाजिक आणि जागतिकदृष्ट्या अत्यंत महत्त्वपूर्ण आहे. एकमेकांच्या संपर्कात आल्याने अनेक गोष्टींची लागण होऊ शकते. कोरोनाच्या पार्श्वभूमीवर आपण काही वेगळे सांगायला नको.

मूलभूत गरजा प्रत्येकाच्या पूर्ण व्हायला पाहिजे आणि आरोग्यपूर्ण आनंदी जीवन हा प्रत्येकाचा मूलभूत हक्क आहे. स्वच्छतेच्या बाबतीत मागे आपण बारीक सारिक गोष्टींचा विचार केला होता. त्याविषयी आणखी काही.

1. अन्न ही सर्व सजीवांची अत्यावश्यक गरज आहे. जेवण, भांडी आणि स्वयंपाकाच्या जागा स्वच्छ ठेवाव्यात.
2. शिजलेला स्वयंपाक झाकून ठेवावा.
3. चाकू, जेवणाची भांडी, पातेली ताट स्वच्छ आणि एकमेकांवर ठेवावे.
4. ताट, भांडी, पुसण्याचे फडके उन्हात वाळवावे.
5. ताट, वाट्या, स्वयंपाकाची पातेली जेवल्यावर स्वच्छ घासून एखाद्या रॅकमध्ये ठेवावेत.

6. सर्वात महत्त्वाचे म्हणजे स्वयंपाक जनावरांपासून, अनेक कीटकांपासून बचावून,झाकून ठेवावा.
7. अन्न संसर्ग होऊन फूड पॉयझनिंग होण्यामागे कीटक आणि जनावरे असू शकतात.
8. दुधासाठी बाटल्या किंवा बोंडली वापरू नये. कारण जोपर्यंत त्या बाटल्यांना गरम पाण्याने उकळले जात नाही. त्यामध्ये रोगणू असू शकतात त्यामुळे डायरिया होऊ शकतो.
9. मुलांना सरळ आईचे दूध द्यावे किंवा कपाने पाजावे अर्थात वाटी चमचा घ्यावा.
10. घरात कचरा होतो त्याचे योग्य व्यवस्थापन केले पाहिजे. घरातील संपूर्ण केरकचऱ्याची सुरक्षित विल्हेवाट रोगापासून बचाव करते.

रोगाणूंचा विस्तार माशा, झुरळे, उंदीर आणि घुशींद्वारे होतो. जे कचऱ्यामध्ये घुसून खाणे शोधतात व रोगाला जागा करून देतात, उदाहरणार्थ फळे, भाज्यांची सालपटे इत्यादी.

जर कचऱ्याचे एकत्रित सामुदायिक करण करण्यात आले नाही तर प्रत्येक कुटुंबात एक कचरापेटीची गरज पडेल. येथे रोज घरगुती कचरा जाळण्यात किंवा पुरण्यात येईल. जवळपासच्या क्षेत्रात मल, कचरा ई. सांडपाणी मुक्त आणि स्वच्छ ठेवण्याने रोगांपासून बचाव होतो.

वापरलेले पानी एकत्र करण्यासाठी एक खड्डा खणावा. ज्यायोगे हे पाणी किचन, गार्डन किंवा शेताकडे पाठवले जाऊ शकते.

कीटकनाशक आणि वनौषधींसारख्या रसायनांची एक अत्यंत अल्पमात्रा देखील खाद्यपदार्थ, हात किंवा पाय किंवा पाण्यात मिसळले गेल्यास घातक ठरू शकते. रसायनांचे काम करताना वापरलेले कपडे आणि कंटेनर्सना घरगुती वापरण्याच्या पाण्याजवळ धुवू नये.

पाणी सुरक्षित असणे महत्त्वाचे ठरते. पाणी सुरक्षित स्त्रोतापासून घ्या किंवा शुद्ध केलेले पाणी वापरा. पाणी स्वच्छ ठेवण्यासाठी पाण्याच्या भांड्यावर झाकण ठेवा. जेव्हा पुरेशी पाण्याची योग्य काळजी घेतली जाते तेव्हा कुटुंबात रोग कमी होतात. त्यांना माहिती होते की कशाप्रकारे रोगांना दूर ठेवावे.

जर पाणी स्वच्छ नसेल तर ते उकळून किंवा गाळून स्वच्छ करू शकता. स्वच्छ पाण्याच्या स्त्रोतामध्ये चांगल्या प्रकारे निर्मित आणि पुरेशा देखरेखीमध्ये ठेवलेले पाईप सिस्टीम ट्यूबवेल्स, संरक्षित विहिरी आणि ओढे समाविष्ट होतात. पाण्याचे असुरक्षित स्त्रोत आहेत – तलाव, नद्या, उघड्या टाक्या आणि बावडी (अशी खूप मोठी विहीर ज्याच्यामध्ये खाली जाण्यासाठी पायऱ्या असतात) यातून घेतलेले पाणी उकळून वापरू शकता.

पाणी स्वच्छ ठेवण्यासाठी झाकून ठेवावे. पाणी स्वच्छ ठेवण्याची जबाबदारी कोणा एकाची नाही. कुटुंब आणि समुदाय आपल्या जल स्त्रोताना या प्रकारे स्वच्छ ठेवू शकतात.

- विहिरी झाकून ठेवाव्यात आणि त्यावर हँड पंप बसवावेत.
- घरामधून बाहेर पडणारे सांडपाणी आणि मलं यांना पाण्याच्या अशा स्त्रोतापासून दूर ठेवावे. जिथून पिण्यासाठी, स्वयंपाकासाठी आणि कपडे धुण्यासाठी पाणी मिळते.
- पाण्याच्या स्त्रोतापासून टॉयलेट, संडास कमीत कमी 15 मीटर लांब असणे आवश्यक आहे.
- बादल्या, दोऱ्या, पाण्याची भांडी नेहमी स्वच्छ आणि चांगल्या जागी ठेवावीत. जमिनीवर ठेवू नये. जनावरांना पिण्याच्या पाण्यापासून आणि कुटुंबाच्या राहण्याच्या जागेपासून दूर ठेवावे.
- कोणाच्याही पाण्याच्या स्त्रोताच्या जवळपास कीटकनाशकांचा वापर करू नये.

प्रत्येक कुटुंब आपल्या घरी पाणी या प्रकारे स्वच्छ ठेवू शकतात :

- पिण्याचे पाणी स्वच्छ आणि झाकून ठेवावे.
- मलिन हाताने पाण्याला स्पर्श करू नये.
- एखाद्या वेगळ्या भांड्याने पाणी काढावे.
- पाण्याच्या भांड्याला नळ लावून घ्यावा.

- पाण्याच्या भांड्यात कुणालाही हात घालू देऊ नका आणि त्यातून सरळ पाणी काढू नका.
- जनावरांना भरलेल्या पाण्यापासून दूर ठेवावे.

जर पिण्याच्या पाण्याबाबत अनिश्चितता असेल तर स्थानिक प्राधिकरणाशी संपर्क करावा. आपण सुजाण नागरिक आहोत, याचे भान प्रत्येकाने ठेवावे. स्वयंपाकासंबंधी काही नियम पाळले गेले पाहिजेत. कच्चे किंवा उरलेले अन्न घातक ठरू शकते. कच्चे अन्न धूवून आणि शिजवून घ्यावे. शिजवलेले अन्न पूर्णपणे गरम करून विनाविलंब खावे.

खाद्यपदार्थ पूर्णपणे शिजवल्याने त्यातील रोगाणू मरतात. खाद्यपदार्थ विशेषतः मांस आणि पोल्ट्री या संपूर्णतः शिजवावे. सामान्य गरम खाद्यपदार्थात रोगाणू फार तीव्रतेने वाढतात. शिजल्यानंतर लवकर जेवून घ्यावे. म्हणजे जेवणात रोगणू येत नाहीत.

- जर जेवण दोन किंवा जास्त तासांसाठी ठेवायचे असल्यास खूप गरम ठेवावे किंवा एकदम थंड जागी ठेवावे.
- जर शिजवलेले अन्न दुसऱ्या जेवणापर्यंत ठेवायचे असल्यास ते झाकून ठेवावे म्हणजे जेवण किडेमकोडेपासून सुरक्षित राहील आणि खाताना जेवण पूर्णपणे गरम करून घ्यावे.
- योगर्ट आणि आंबट दलिया खाणे फार चांगले, कारण त्याच्या आम्लामुळे रोगाणूंची वाढ होत नाही.
- कच्चे पदार्थ विशेषतः पोल्ट्री आणि समुद्री आहारामध्ये रोगाणू असतात. शिजवलेले जेवण, कच्च्या पदार्थापासून रोगाणू घेऊ शकते. कच्चे आणि शिजवलेले पदार्थ वेगवेगळे ठेवावेत. नाहीतर शिजवलेल्या जेवणात रोगाणू येतीलच. चाकू किंवा भाजी चिरायचे बोर्ड आणि स्वयंपाकाच्या जागेच्या स्वच्छतेकडे विशेष लक्ष द्यावे. या सर्व वस्तू वापरल्यानंतर धुवून ठेवाव्यात.
- गाईचे दूध तान्हया आणि लहान मुलांसाठी सुरक्षित आहे. जनावरांचे ताजे उकळलेले दूध, न उकळलेल्या दुधापेक्षा अधिक सुरक्षित आहे.

- गायीचे दूध काढून खोलीच्या तापमानावर एका स्वच्छ आणि झाकलेल्या भांड्यात आठ तासांसाठी ठेवू शकता.
- तान्ह्या आणि लहान मुलांसाठी स्वयंपाक करताना खास लक्ष द्यावे. त्यांचे जेवण तयार करण्यासाठी विशेष काळजी घ्यावी. त्यांचे जेवण बनवताना ताजे शिजवावे. त्याला जास्त वेळेपर्यंत ठेवू नये.
- फळे आणि भाज्या जर तान्ह्या आणि लहान मुलांना कच्चा द्यायच्या असतील तर आधी त्या स्वच्छ पाण्याने चांगल्या प्रकारे धुवून घ्या. कीटकनाशके आणि अन्न औषधे, फळे आणि भाज्यांवर दिसून येत नाहीत. पण प्राणघातक होऊ शकतात.

आणखी काही महत्त्वाचे :

साबण आणि पाण्याने रोज चेहरा धुतल्याने डोळयांच्या संसर्गापासून बचाव होतो. विश्वातील काही भागात डोळ्यांचा संसर्ग ट्रॅकॉमाकडे झुकतो. ज्यामुळे अंधत्व पण येऊ शकते. मलिन चेहरा माश्यांना आकर्षित करतो. त्यामुळे एकापासून दुसऱ्या व्यक्तीपर्यंत रोगाणू पसरतात. डोळे खराब होउ शकतात आणि दृष्टीत बिघाड होऊ शकतो. डोळे स्वच्छ नाही ठेवले तर संसर्ग होऊ शकतो आणि अंधत्व देखील येऊ शकते.

जर डोळे स्वच्छ आणि स्वस्थ आहेत, पांढरा भाग स्पष्ट आहे. डोळे ओलसर आणि चमकदार आहेत आणि दृष्टी तीक्ष्ण आहे तर तुमचे डोळे स्वस्थ आहेत. जर डोळे खूप जास्त कोरडे किंवा लाल किंवा सुजलेले असतील, एखादा प्रवाह वाहत असेल किंवा नीट दिसत नसेल तर ताबडतोब डॉक्टरला दाखवा.

'स्वच्छ रहा निरोगी रहा'!

15

नैसर्गिक आजार व काळजी

काळ जसा बदलत गेला तसं दैनंदिन राहणीमान बदलत गेले. सुखसुविधा आल्या. मात्र त्यामुळे क्वचितच अपघाताचे प्रमाण वाढले. वीज हा आपल्या सर्वांच्या जीवनातील एक अविभाज्य भाग आहे.

कधीतरी ही वीज आपल्यावर, आपल्या जिवावर बेतू शकते. प्रत्येकाला कधी ना कधी शॉक लागलेला असेलच. त्यामुळे देखील आरोग्य समस्या निर्माण होऊ शकतात. विजेमुळे भाजण्याच्या जखमा होऊ शकतात. या जखमा आकाराने लहान दिसतात पण खोल असू शकतात. विजेचा प्रवाह ज्या ठिकाणी शरीरात प्रवेश करतो आणि जिथून बाहेर पडतो तिथे साधारणपणे या आढळतात.

१. उपचारा करण्याआधी वीज बंद करून भिंतीवरील सॉकेट मधून प्लग काढावा.

२. ही व्यक्ती पाण्यात पडली असल्यास तुम्ही स्वतः पाण्यात जाऊ नका. एखादवेळी तुम्हालाच विजेचा धक्का बसेल.

कोणत्याही प्रकारच्या दमट पदार्थातून वीज चटकन वाहते म्हणून जखमींच्या काखेत हात घालून ओढू नका.

३. या व्यक्तीच्या शरीराचा वास तपासा. विज छातीतून गेली असल्यास हृदय आणि परिणामी श्वसन थांबले असेल. असे असल्यास

छाती चोळा कृत्रिम श्वसन द्या.

४. भाजण्यावरचे प्रथमोपचार चालू ठेवा. विजेचा धक्का बसला हे ओळखणे सोपे असते. कारण अशी व्यक्ती विजेच्या खांबाजवळ किंवा उपकरणाजवळ बेशुद्ध पडलेली असते.

५. ज्या माणसाला शॉक बसला आहे तो जर अजूनही विजेच्या संपर्कात असेल, तर त्याला अजिबात स्पर्श करायला जाऊ नका.

६. या व्यक्तीस हात लावण्याआधी वीज बंद करा. तसे करणे शक्य नसेल तर एका जाड आणि पूर्ण कोरड्या दोरखंडाच्या सहाय्याने त्या व्यक्तीला ओढून घ्यावे.

७. तिचा श्वास चालू असल्यास तिला विशिष्ट स्थिती झोपवा. श्वास थांबला असल्यास छाती चोळा आणि कृत्रिम श्वास द्या.

८. इतर काही दुसऱ्या प्रकारे श्वास देण्यापेक्षा, तोंडावाटे हवा भरणे हा सर्वमान्य प्रकार आहे.

९. सरळ डॉक्टरांना बोलवा.

एखाद्या व्यक्तीला तोंडावाटे श्वास कसा देतात?

- पाण्यातून बाहेर काढलेल्या व्यक्तीला पालथे झोपवा. त्याच्या गळ्याभोवती, छातीजवळ किंवा कमरेजवळ काही घट्ट कपडे असतील तर ते सैल करा.
- हनुवटी वर उचला आणि वरच्या बाजूने डोके जितके मागे करता येईल तितके करा (असे करण्यामुळे श्वसन नलिकेतून फुफ्फुसात जाणारा मार्ग मोकळा होतो).
- तुमच्या बोटाच्या सहाय्याने त्या व्यक्तीच्या नाकपुड्या बंद करा म्हणजे श्वासनलिकेतून पाणी आत जाणे बंद होईल.
- तुमचे तोंड त्या व्यक्तीच्या तोंडावर दाबून ठेवून जमेल तितक्या जोरात हवा आतमध्ये सोडा.
- तुमचे तोंड बाजूला घेऊन त्या व्यक्तीला श्वास घेण्यास प्रयत्न करण्यासाठी आणि फुफ्फुसापर्यंत हवा जाण्यासाठी मोकळी हवा मिळू द्या. असे दर पाच-सहा सेकंदांनी करा.

- त्या व्यक्तीचा श्वासोच्छ्वास आणि हृदयाचे ठोके नीट सुरू होईपर्यंत ही प्रक्रिया सुरू ठेवा. ही प्रक्रिया कधीकधी पाच मिनिटात संपू शकते तर कधी कधी त्याला एक तास सुद्धा जाऊ शकतो.
- हे करण्याने तुम्ही कदाचित दमून जाल तेव्हा तिसऱ्या व्यक्तीची मदत घ्या.
- त्या व्यक्तीच्या घशात किंवा तोंडात पाणी गेले आहे असे आपल्याला जाणवल्यास त्याला कुशीवर वळवावे आणि पाणी तोंडावाटे बाहेर जाईल असे बघावे.
- त्या व्यक्तीचे तोंड कपड्याने आतून पुसून घ्यावे (शुद्ध हरपलेली व्यक्ती कधीच चावत नाही).
- तोंडाला तोड लावून पाणी काढण्यास तयार नसाल, तर दोन तोंडांच्या मध्ये स्वच्छ रुमाल ठेवा. परंतु ही प्रक्रिया तोंडाला तोंड लावून पाणी काढण्यात की प्रभावी नक्कीच नाही.
- तुमच्या खात्रीने लक्षात येईल की ती व्यक्ती थोडा थोडा श्वास घ्यायला लागली आहे आणि हृदयाचे ठोकेही नीट ऐकू येत आहेत. तेव्हाच कृत्रिम श्वासोच्छ्वास बंद करा. तसेच छातीच्या डाव्या बाजूला कान लावून ठोके ऐकून खात्री करून घ्या.
- पाण्यातून बाहेर काढलेली व्यक्ती आता जर ठीक झाली असेल तर त्याला उबेत ठेवा. गार हवा लागू देऊ नका. डॉक्टर येईपर्यंत किमान अर्धा तास तरी हलू देऊ नका.

दिवस उन्हाळ्याचे आहेत विविध भागात तापमानाचा पारा कमी जास्त आहे. आपला देश उष्णकटिबंधात येत असल्यामुळे तेथील तापमान उष्ण असते. लॉकडाऊन पासून घरी राहायची सवय लागली. याआधी आपण कडक उन्हात बाहेर फिरायचो त्यावेळी घरी आल्यावर डोकं दुखायचं अन्यथा गरगरल्यासारखं व्हायचं.

कडक उन्हात बऱ्याच जणांना बाहेर चक्कर येते. टीव्हीवर देखील उष्माघाताच्या बळींची संख्या सांगतात तेव्हा आरोग्यावर परिणाम करणारा हा 'उष्माघात' म्हणजे नेमके काय ? त्याचा आणि त्याचा प्रादुर्भाव झाल्यास काय करायला हवे ?

शरीरातील उष्णता नियमनाच्या कार्यात बिघाड झाल्यास उद उद्‌भवणारी एक स्थिती.
उच्च तापमानाच्या सानिध्यात खूप वेळ राहिल्यास व शरीरात खूप उष्णता निर्माण झाल्यास अशी स्थिती उद्‌भवते.

- उष्माघात झालेल्या व्यक्तीला त्वरित थंड करा. जमल्यास त्याला थंड पाण्यात ठेवा.
- त्याला थंड पाण्याच्या ओल्या कपड्यात गुंडाळा किंवा त्याच्या त्वचेवर थंड पाणी शिंपडा. त्यावर बर्फ फिरवा किंवा थंड घड्या ठेवा.
- एकदा त्या व्यक्तीचे तापमान १०१ पॅरानाईडच्या खाली उतरले की त्याला थंड खोलीत निजवा.
- जर त्याचे परत तापमान वाढू लागले तर परत थंड करायची पद्‌धत अवलंबा.
- रुग्णाची स्थिती फार गंभीर नसेल आणि पिण्याच्या स्थितीत असेल तर त्याला थोडे पाणी पाजा.
- स्वतःच्या मनाने कोणतीही औषधे देऊ नका. सरळ डॉक्टरला बोलवा किंवा डॉक्टर कडे घेऊन जा.
- चालढकल केल्यास, दुर्लक्ष केल्यास संबंधित व्यक्तीचे प्राण जाऊ शकतात.

उष्माघातापासून संरक्षण करण्यासाठी अतिकडक उन्हात फिरू नये. थंडपेय, बाजारु सरबत टाळावे. सोबत पाण्याची बाटली ठेवावी. चेहरा, कान, नाक सुती कपड्याने झाकून त्यानंतर बाहेर पडावे. कपडे सैलसर सूती वापरावेत, गॉगलचा वापर करावा. घरातून निघण्याआधी कोकम सरबत, आवळा सरबत पिऊन निघावे. सोबत सरबतची बाटली ठेवावी. मीठ साखर पाणी सातत्याने शरीरात जायला हवे.

बाहेरून आल्यावर थंड पाण्याने हातपाय धुवावे म्हणजे शरीरातील उष्णता निघून जाते. साधे हलके अन्न खावे. ताकाचा वापर करावा. जड तेलकट मांसाहार टाळावा. कापण्या खरचटण्यामुळे देखील लक्ष न दिल्यास गंभीर समस्या निर्माण होऊ शकतात.

यावर पुढीलप्रमाणे उपचार करावे :

- समजा कापले असता त्या भागाला साबण लावून कोमट पाण्याने धुवा. जर धूळ असेल तर धुवून टाका.
- रक्त थांबेपर्यंत जखमेवर दाबून धरा.
- त्यावर पट्‌टी लावा.
- जर कापलेली जखम खोल असेल तर त्वरित डॉक्टर कडे जा.
- किचनमध्ये हळद असते. रक्त येत असेल तर त्यावर हळद दाबून धरावी. ओरखाडे अथवा खरचटले असल्यास उपाययोजना करावी. कारण ती जागा हुळहुळत असते.
- जर रक्त येत असेल तर त्यावर जंतू संसर्गापासून वाचवण्यापासून पट्‌टी लावा.

जखमेस जंतू संसर्ग झाल्याच्या खुणा :

- सूज येणे.
- लाली येणे.
- दुखणे.
- ताप येणे.
- पू येणे.
- वर्षातून एकदा नेहमीच शारीरिक तपासणी करून आवश्यक ती इंजेक्शन घ्यावीत. गँग्रीन वगैरे होणार नाही. नेहमी सतर्कता बाळगावी. काट्याचा नायटा व्हायला वेळ लागत नाही.

आपले जीवन महत्त्वपूर्ण आहे त्याची काळजी घ्या.

16

आजार व काळजी

आरोग्यासंदर्भात अनेक बाबींचा वापर आपण गेले अनेक आठवडे करत आहोत. व्यक्तिगत आजारपण कोणत्या स्वरूपात आणि कुठे अनुभवायला येईल सांगता येत नाही. अशा वेळी एक जबाबदार नागरिक म्हणून आपण कुठेही कमी पडता कामा नये.

'हे विश्वची माझे घर' असे केवळ बोलण्यापुरते मर्यादित होऊ देऊ नका, ते आचरणात आणायला हवे. कुटुंब आपली काळजी घेतच असते.

घराबाहेर आपल्या आरोग्याविषयक समस्या निर्माण झाल्यास, मदत करणारे कुणीतरी हवंच. आपल्याला कोणी मदत करावी असं जेव्हा वाटतं तेव्हा आधी आपण कुणाला तरी मदत केली असली पाहिजे. बाहेर अनुभवायला येणारी एक गोष्ट म्हणजे चक्कर येणे.

अचानकपणे कोणाला तरी चक्कर येते आणि गोंधळ सुरू होतो. ही चक्कर कोणत्याही वयोगटातील स्त्री-पुरुषाला येऊ शकते. त्याची कारणं भिन्न असू शकतात.

अशावेळी आपलं मन शांत ठेवावं. चक्कर येणारी व्यक्ती स्त्री आहे की पुरुष, आपण कोण आहोत? वयोगट कोणता? हे ध्यानात घ्यावे.

सामाजिक संकेत पाळणे फार महत्त्वाचे आहे. आपण पुरुष असाल आणि तरुण स्त्रीला चक्कर आल्यास, एका स्त्रीच्या मदतीनेच पुढाकार घ्यावा. मुळात चक्कर येण्याआधी काहीतरी घडलेलं असतं. याचं कारण बहुतांशी शारीरिक आणि मानसिक देखील असू शकतं.

रुग्ण चक्कर येण्याआधी खालीलपैकी एक कारण घडलेलं शकेल :

- रुग्णाला डोकं हलकं वाटू शकतं.
- प्रचंड थकवा जाणवतो.
- काहींना आधी मळमळत असतं.
- त्वचा गळून गेल्यासारखी अथवा पिवळी पडल्यासारखी वाटते.
- जर एखाद्याला चक्कर येत असेल, तर त्याने लगेच खाली झोपावे.
- डोके गुडघ्याकडे न्यावे.
- डोके गुडघ्याकडे हृदयापासून खाली नेल्यास रक्तप्रवाह मेंदूच्या दिशेने प्रवाहित होतो. या काही साध्या सोप्या बाबी आहेत, ज्या आपल्याला प्रथमोपचारात माहित असायला हव्यात. चक्कर येत असताना या गोष्टी रुग्णाच्या मदतीने करता येतील.

परंतु चक्कर येऊन व्यक्ती बेशुद्ध पडली असेल, तर खालील गोष्टी कराव्यात :

- रुग्णाचे डोके खाली येईल अशा स्थिती ठेवावे आणि थोडे वर उचलून ठेवावे. त्यामूळे रक्त प्रवाह मेंदूकडे जायला मदत होईल.
- घट्ट कपडे असतील तर थोडे सैल करावेत. थोडा वारा घालावा.
- त्या व्यक्तीच्या तोंडावर, गळ्यावर थंड पाणी मारा किंवा कपड्याने पुसा.

भावुक होऊ नये. वरील प्रयत्नाने थोडा वेळ गेल्यावर व्यक्तीला थोडं शुद्धीत आल्यासारखं वाटतं. त्याला धीर द्यावा. शांतपणे त्याच्याशी संवाद साधावा. त्याला आहे त्या परिस्थितीत बसू द्या, झोपू द्या. काही खायची, प्यायची बळजबरी करू नका. डॉक्टरकडे नेल्यास फार उत्तम.

चक्कर येण्याची कारणे व्यक्तिगणिक वेगळी असू शकतात. बाहेर पडताना एका पेपरवर आपले नावं, आजाराची केस हिस्टरी, तसेच तत्कालीन (Emergency) नंबर असे लिहून ठेवावेत. जेणेकरून प्रयोग करण्यात लोकांचा, डॉक्टरांचा वेळ जाणार नाही, तुमचे प्राण वाचतील.

अनेक केसेस मध्ये योग्य उपचार न मिळाल्यामुळे अनेकांना प्राण गमवावे लागले आहेत. जीव अमूल्य आहे, तो वाचवलाच पाहिजे.

आणखी एक चिंताजनक आजार म्हणजे 'फिट'.

'फिट येणे' - फिट कधीही कुठेही येऊ शकते. अशा वेळी स्नायू एकदम घट्ट आणि कडक होतात व त्यानंतर झटके येऊ लागतात. कधी कधी अशी व्यक्ती / रुग्ण जीभ चावू शकतो वा वास घेणे थांबवू शकतो. तोंड किंवा ओठ निळे पडू शकतात. खूप जास्त प्रमाणात लाळ गळू लागते वा तोंडातून फेस येऊ लागतो.

फिट जर कोणाला येत असेल तर फार काळजी घ्यावी लागते. जर रुग्णाने श्वासोच्छवास थांबवला, तर चांगले लक्षण नाही. याप्रसंगी विलंब न करता ताबडतोब डॉक्टरकडे धाव घ्यावी.

त्वरित उपचारासाठी काही पद्धती आहेत :

- रुग्णाजवळच्या सर्व वस्तू दूर करा व त्याच्या डोक्याखाली मऊ उशी दया.
- रुग्णाने श्वास घेणे थांबवले, तर त्याला वाचवण्याचा प्रयत्न करा व त्याचा श्वास मार्ग उघडण्याचा प्रयत्न करा.
- स्वतः शांत रहा व रुग्णाला मदत करा.
- दारं, खिडक्या उघडून पेशंटला मोकळी हवा मिळू दया.
- पेशंटच्या तोंडातून गळणारी लाळ टिपून घ्या.
- बहुतेक फिट ही थांबून थांबून परत परत येते किंवा नंतर बेशुद्धावस्थेत येते.

फीट आलेल्या व्यक्तीच्या आजूबाजूस कसे वातावरण हवे ?

- त्या व्यक्तीच्या भोवती गर्दी करू नका.
- पेशंटला पाणी पाजू नका, जबरदस्ती करून पाणी पाजण्याचा प्रयत्न केल्यास पाणी श्वासनलिकेत जाऊन पेशंट गुदमरू शकतो.
- कांदा, चप्पल नाकाला लावू नये. तो पूर्णपणे गैरसमज आहे, अडाणीपणा आहे. फिटमुळे होणारी त्याच्या हातापायांची थरथर

जबरदस्तीने थांबवू नये. बहुतेक फिट आल्यानंतर थोड्यावेळाने थांबते. 'एपिलेप्सी' ही व्याधी असलेल्या व्यक्तीला फिट आल्यावर दरवेळी डॉक्टरकडे घेऊन जाण्याची गरज नसते. परंतु पाच मिनिटात न थांबल्यास डॉक्टरांना पाचारण करावे. उपचार करण्यात वेळ घालवणे.

ज्यांना फिट येण्याचा त्रास आहे. अशांनी कार्यालयात अथवा इतरत्र कल्पना देऊन ठेवावी. आपल्या इतर व्याधींविषयी माहिती चटकन मिळेल अशी जवळ ठेवावी. अज्ञात व्यक्तींना, डॉक्टरांना उपाय करणे सोपे जाते. आपल्याला शक्य तितकी उपाय योजना आपण करावी हे उत्तम !

पायाच्या नखापासून ते डोक्याच्या केसांपर्यंत हरतऱ्हेच्या व्याधी व्यक्तीला होऊ शकतात. त्याशिवाय मानवी चुकांमधून होणारे अपघात आहेत. नैसर्गिक आपत्ती आहेत. जीव धोक्यात येण्याच्या अनेक घटना आहेत. अगदी जीव गेला नाही, तरी वेदनांपासून मुक्तता तरी पीडित व्यक्तीला आपण देऊ शकतो ना ?

देवाने मनुष्याला दोन हात प्रदान केले आहेत. एक हात मानवी मदतीसाठी असायला हवा. त्याला सहकार्य दुसऱ्या हाताने करावे. पाप-पुण्याच्या संकल्पना मानवी मनाशी निगडित आहेत. त्यामुळे एखाद्याला अडचणीत मदत करणे हे पुण्य हातामार्फत होऊ शकतं.

पेच प्रसंगात अडकावं तसं 'गुदमरणं' हा प्रकार आहे. घशात एखादी गोष्ट अडकली तर व्यक्ती कासावीस होतो. एखादा माणूस गुदमरत असेल, तर तो खोकत असेपर्यंत त्याला थांबवू नका. जर खोकुन अडकलेली वस्तू बाहेर फेकली गेली नाही आणि रुग्णाला श्वासोच्छवासाचा त्रास होऊ लागला किंवा तो काळानिळा पडू लागला व तो बोलून सांगू शकत नसला तर पटकन त्याला विचारा, 'तुमच्या घशात काही अडकले नाही ना?'

अशा परिस्थितीत गुदमरणारा माणूस डोके हलवून 'हो' म्हणू शकतो पण तो बोलू शकत नाही. हा प्रश्न विचारणे अत्यावश्यक आहे. कारण हृदय विकाराची लक्षणे देखील गुदमरण्यासारखीच असतात. पण त्यात

रुग्ण बोलू शकतो. आपल्याला हे ओळखता आले पाहिजे की रुग्ण गुदमरला हे की त्याला हृदयविकाराचा त्रास सुरू झाला आहे. उपचाराची दिशा तुमच्यावर असेल जर तुम्ही हे ओळखू शकलात.

गुदमरलेल्या व्यक्तीला आपण प्रथमोपचार कसा देऊ शकतो ?

- छातीवर दाब देणे. फक्त काही अतिदक्षता असेल तेव्हाच वापरा.
- रुग्णाच्या मागे उभे राहून तुमचे हात त्याच्या छातीच्या बाजूने हलके हलके पुढे आणा.
- हाता एकात एक गुंतवा आणि अंगठ्याच्या भागाकडून रुग्णाच्या घशाच्या खाली व छातीवर दाबा.
- तुमचा जोर वाढवा व तुमचे हात बाहेरच्या बाजूला ओढा व वरच्या जबड्यावर आतबाहेर असा भार द्या.
- ही पद्धत तोपर्यंत वापरा जोपर्यंत पेशंट बेशुद्ध होत नाही वा अडकलेली वस्तू जोरात बाहेर पडत नाही.

हे सर्व करताना रुग्णाची शारीरिक आणि मानसिक अवस्था पहा. त्याला धीर द्या तुमच्या शब्दांमधून त्याचे मनोबल वाढेल. या संकटाला तुम्ही तोंड देऊ शकत नाही असे वाटले तर रुग्णाला त्वरित डॉक्टर कडे नेणे उत्तम!

उपरोक्त घटना कमीअधिक प्रमाणात प्रत्येकाच्या जीवनात कधी ना कधी घडलेल्या असतात. मनुष्य अनुभवाने बरेच काही शिकतो. आपले मन खंबीर असेल तर आपण कोणत्याही परिस्थितीतून निश्चितच राजमार्ग काढतो.

निर्माण झालेली आपत्कालीन स्थिती ही काही काळासाठी असते. म्हणूनच आपल्या अक्कलहुशारीने आपण त्यातून मार्ग काढावा. फावल्या वेळात नवनवीन शिकून घ्यावे. कोणतेही ज्ञान कधीही फुकट जात नाही. संकटाच्या काळात कधी कुणाला याचा उपयोग होईल सांगता येत नाही.

17

प्रथमोपचाराची तंत्रे

'करोना आणि लॉकडाउन' ने एक इतिहास घडवला. सर्वसाधारणपणे आपण जगाच्या इतिहासात एक मानवी जीवनात दुरगामी परिणाम करणारी घटना म्हणून हिचा उल्लेख होईल. २०२०च्या सुरुवातीला अगदी पुसटशी कल्पना देखील नव्हती. एका विषाणूमुळे एवढा नरसंहार होईल.

वैश्विक आपत्ती आणि त्यातून निर्माण होणाऱ्या अनेक विविध समस्या यांनी जगाला जेरीस आणले आहे. जागतिक महासत्ता असलेल्या देशांनादेखील गुडघे टेकायला लावेल असा सूक्ष्मसम विषाणू आज आपल्या जगण्याचे सर्व पर्वच बदलून गेला.

खोलवर विचार करता असे लक्षात येते की, खाण्यापिण्याच्या सवयी आणि स्वच्छतेबाबत केलेली हेळसांड 'नजर हटी दुर्घटना घटी' हे मनाला पटावं असा या विषाणूंचा कहर!

कोणताही भेदभाव कोणताही आजार करत नाही हे तुम्हाला एव्हाना लक्षात आलं असेल. गरीब-श्रीमंत ही आपण निर्माण केलेली दरी आहे. या विषाणूंना सर्व सारखेच असतात. आजाराचा प्रादुर्भाव कनिष्ठांपासून जेष्ठापर्यंत कोणालाही होऊ शकतो. आपण आपली फक्त योग्य काळजी घ्यायला हवी.

गेल्या दोन अडीच वर्षांच्या लॉकडाऊन काळात आपण बरच काही शिकलो. करोंनाचा प्राथमिक धडा सर्व वयोगटाने घेतला आहे.

भविष्यात पुन्हा अशी समस्या आली तर मानसिकरित्या पण खंबीर राहायला हवे. आपल्याकडे शहरी आणि ग्रामीण जनता वास्तव्य करून आहे. सहाजिकच जीवनशैलीत कमालीचा फरक आढळतो. त्यांच्या आरोग्याबद्दलच्या समस्या भिन्न आहेत.

शहरी आणि ग्रामीण यातही जंगलात आणि अतिदुर्ग भागात राहणारे लोकही आहेत. प्रत्येकाला याचे फायदे, तोटे मिळतात. ग्रामीण भागात आरोग्य विषयक सोयी सुविधा यांचा अभाव आढळतो, तर शहरी जनतेला आरोग्य विषयक सेवा जलद मिळू शकतात.

जीवनात संकटं एकटी दुकटी येत नसतात. आपण काही गोष्टी माहित करून घ्यायला हव्यात. त्यामुळे कोणाचे प्राण आपण प्रसंगावधान दाखवून वाचवू शकतो. प्रत्येक जीवाला जगण्याची आस असते. जगण्याची धडपड जीवन गतिमान बनवते.

आरोग्य, रुग्ण हे केवळ वैद्यकीय क्षेत्रापुरते मर्यादित न राहाता त्याची सुरुवात आपल्यापासून होते. डॉक्टर येईपर्यंत डॉक्टर, परिचारिका, वॉर्डबॉय तुम्हीच असता. ईश्वर तशी प्रेरणा देतो असे मला नेहमी वाटते. प्रत्येक व्यक्तीला 'प्रथमोपचार तंत्रे' येणे अत्यावश्यक आहे. तो शिक्षणाचा एक भाग असावा. असे असेल तर आणीबाणीच्या स्थितीत कोणतीही व्यक्ती त्या रुग्णाला जीवदान देऊ शकेल.

शहरी भागात परिस्थिती ठीक म्हणूया, परंतु दुर्गम खेड्यात भयावह परिस्थिती आहे. किमान लिहिता वाचता येणाऱ्या व्यक्तींना याचे प्रशिक्षण दिल्यास, अनेक जीव वाचतील. सर्पदंश ही ग्रामीण जीवनात घडणारी समस्या कदाचित सिमेंटच्या जंगलात दिसणार नाही. त्याकडे दुर्लक्ष होता कामा नये.

आपल्याला भेडसावत नाही म्हणून ती समस्या होऊ शकत नाही असे नाही. प्रत्येक व्यक्तीला प्रथमोपचाराची तंत्रे यायला हवीत, किमान माहिती हवीत, म्हणजे ऐनवेळेस गडबड होणार नाही.

आज प्रथमोपचारी तंत्रे पाहू, शिवाय डॉक्टर कोणती औषधे वापरतात याची किमान माहिती घेऊ. तज्ञ प्रशिक्षित व्यक्तीनेच इंजेक्शन आणि औषधे द्यावीत कारण तुमच्यासमोर असलेल्या व्यक्तीची केस हिस्ट्री तुम्हाला माहीत नसते.

डॉक्टरनी तपासणी केल्यावर रुग्णाला काय झाले आहे? हे समजू शकते. साधारणपणे अत्यवस्थ होण्यापुढे रुग्णाला काय झालेले असते.

कुत्रा चावणे :

जगभरात घडणारी ही घटना त्यातून संबंधित व्यक्तीचा मृत्यू देखील होऊ शकतो. कुत्रा चावलेल्या व्यक्तीला रेबीज इंजेक्शन डॉक्टर देतात. कुत्र्यावर लक्ष ठेवावे लागते, तो जिवंत राहतो की मरतो हे पण महत्त्वाचे असते. कुत्रा चावल्यावर त्या कुत्र्याला ठार मारू नये,

पूर्वी कुत्रा चावला की १४ इंजेक्शन देतात ही भीती आजही माझ्या मनात आहे. परंतु खूप संशोधन झाले आहे, आता १४ इंजेक्शन पोटात घ्यावी लागत नाही.

कुत्रा पिसाळलेला असणे, त्याला निर्दयपणे मारणे असा काहीसा प्रकार असल्याशिवाय कुत्रा सहसा वाटेला जात नाही.

अतिशय इमानी प्राणी आहे म्हणून प्राणी जगतात कुत्रा नावाजला जातो. समजा एखादयाला कुत्रा चावला तर त्या व्यक्तीला धीर द्यावा.

कुत्रा चावला की माणूस मरतो प्रथम ही भीती काढून टाकावी. त्याच्या जखमेचे अवलोकन करावे. वाहत्या पाण्यात जखम धुवून घ्यावी, साबणाने धुण्यास हरकत नाही.

रुग्णाभोवती गर्दी करून त्याची मनःशांती भंग करू नये. त्वरित प्राथमिक आरोग्य केंद्रात न्यावे आणि डॉक्टरांनी सांगितलेल्या सूचना अगदी तंतोतंत पाळाव्यात.

इंजेक्शनचा कोर्स पूर्ण करावा. दिवस वेळा चुकवू नये. निष्काळजीपणाने जीवावर बेतू शकते. कुत्रा किंवा मांजर, माकड चावल्यास इंजेक्शन घ्यावे लागते. मला काय होतंय, या भ्रमात जाऊ नये.

वैद्यकीय उपचार प्रथम करावे. मंत्र सामर्थ्याने देवाच्या भरवशावर बाप्पाला अडचणीत टाकू नये. देवाकडे खूप काम आहेत. विश्वाच्या पसाऱ्याची, देखभाल करणाऱ्या देवाला शिल्लक गोष्टीसाठी कामाला लावू नये.

पराकोटीची श्रद्धा असली तरी कुत्रा चावल्यावर डॉक्टरकडून औषधोपचार करून घेणे उत्तम !

<u>वृश्चिक दंश (विंचू चावणे)</u> :

ग्रामीण भागात याचे प्रमाण जास्त असते. विंचू चावला असता त्या व्यक्तीला तीव्र वेदना होतात. अश्यावेळी त्वरित डॉक्टरकडे नेणे कधीही उत्तम. उपलब्ध असेल तर विंचू दंशाच्या जागी पोटॅशियम प्‍ रामॅग्नेट दाबावे.

काही ठिकाणी यावर लिंबू पिळतात. तुरटी भाजून त्यावर लावली जाते. यावर डॉक्टर इंजेक्शन देतात किंवा जे औषधे देतात ती महत्त्वाचे.

<u>जखमा (रक्तस्त्राव)</u> :

बऱ्याचदा जखमा होतात आणि डोळयादेखत रक्तस्त्राव होताना दिसतो. बर्फ लावल्याने अथवा हळदीने रक्त थांबण्यास मदत होते.

तरी देखील रक्तस्त्राव मोठ्या प्रमाणात होत राहिल्यास व्यक्तीच्या जीवावर बेतू शकते. हॉस्पिटलमध्ये तज्ञ डॉक्टर हा अतिरिक्त रक्तस्त्राव थांबवण्यासाठी जखमा शिवून घेतात अथवा परिस्थितीनुसार त्यावर उपाय करतात.

अतिरक्तस्राव होणाऱ्या व्यक्तीला त्वरित दवाखान्यात भरती करावे म्हणजे हानी टळते. तसेच डॉक्टरांना उपचारास बरे पडते.

डॉक्टर किंवा नर्स हे देखील मनुष्यच आहेत, परमेश्वर नाहीत. आपण कोणत्याही परिस्थितीत रुग्ण यांच्याकडे नेतो हे ही फार महत्त्वाचे आहे. डॉक्टरांवरील हल्ले, रुग्णालयाची तोडफोड अशा बातम्या वाचल्या की, मन व्यथित होते.

<u>पोटात विषारी पदार्थ जाणे</u> :

बऱ्याचदा नजर चुकीने एखादा पदार्थ पोटात गेल्यास आणि तो विषारी आढळल्यास त्या व्यक्तीला त्रास व्हायला लागतो.

अनेकदा कीटकनाशके अथवा विषारी औषधे आत्महत्या करण्यासाठी मुद्दाम घेतली जातात. अशावेळी ती व्यक्ती अत्यवस्थ होते.

लगेच लक्षात आल्यास काय प्राशन केले ही बाटली आजूबाजूला असेल यावरून लक्षात येते. अशा वेळेस या व्यक्तीला उलटी करण्यास भाग पाडावे. मिठाचे पाणी पोटात गेल्यास विषारी द्रव्य पदार्थ सगळे बाहेर येऊ शकते. या रुग्णाची तुम्हाला साथ हवी.

आत्महत्या करणारी व्यक्ती जीवनाला कंटाळलेली असल्याने अथवा नैराश्यातून तिने हे टोकाचे पाउल उचललेले असेल. अशा वेळेस त्वरित दवाखान्यात न्यावे आणि उपचार करणाऱ्या डॉक्टरांना सत्य परिस्थिती कथन करावी.

कोणते औषध घेतले? किती प्रमाणात घेतले? हे त्या बाटलीच्या आधारे डॉक्टरला कळते. तातडीने उपचार मिळून त्या व्यक्तीला जीवनदान मिळते.

अशा व्यक्तींना त्यानंतर समुपदेशनाची गरज असते. त्यामुळे चांगल्या समुपदेशकाकडून अशांच्या उपचार द्यावेत. याचे कारण आत्महत्या करणारी व्यक्ती म्हणजे मनाने कमकुवत असेल तर आत्महत्याचे अनेक मार्ग त्या चोखळतात.

कुटुंबातील व्यक्तींनी, सहकाऱ्यानी थोडे सहानभूतीने वागावे. काळाप्रमाणे समस्यांची तीव्रता कमी होते. जीवन सुरळीत चालू राहते.

एखाद्या व्यक्तीचे आरोग्य केवळ शारीरिक बाबींशी निगडित नसून, ते मानसिक दृष्ट्या ही तितकेच निगडित असते. मानसिक स्वास्थ्य ही जपायला हवे.

प्रथमोपचाराच्या संदर्भात प्रत्येक व्यक्तीने स्वतः जाणून घ्यायला हवं. हल्ली इंटरनेटमुळे कोणतीही माहिती आपल्याला चुटकीसरशी मिळते म्हणून यू-टयू'ब च्या मदतीने आपण ही तंत्र आत्मसात करायला हवीत.

करोनाच्या काळात जगाने फार वाईट क्षण अनुभवले आहेत. यातून मोठा धडा असा मिळाला की नेहमीच सुगीचे दिवस असतील असे नाही तर वाईट परिस्थित ही आपण तग धरून राहायला हवे. आपण सक्षम असायला हवे कारण पैशाने सर्वच गोष्टी साध्य होतात असे नाही. जीवन याही पलिकडेच असते!

18

असावे घरकुल आपले छान

'करोना आणि लॉकडाउन' ने जगण्याची संपूर्ण परिभाषाच बदलली आहे. जीवनशैलीत बदल झाले. काही सकारात्मक गोष्टी दिसून आल्या, तर काही नकारात्मक गोष्टींचा सामना करावा लागत आहे.

'असावे घरकुल आपुले छान' असे प्रत्येकाचे स्वप्न असते. त्या घरट्यात आपल्या माणसांबरोबर जीवन व्यतीत करणे यासारखे सुख नाही. सुखी संसाराचा डोलारा पती-पत्नी या दोघांच्याही सहचार्यावर, समंजसपणावर आणि आरोग्यावर अवलंबून असतो.

आपल्या या पुस्तकाचा प्रमुख उद्देश 'कुटुंबाचे आरोग्य' हा असून, ते अबाधित राहिल्यास अनेक त्रासातून, कष्टातून त्या कुटुंबाची फरपट थांबू शकेल.

संयुक्त कुटुंब पद्धतीतून आपण एकल कुटुंबाकडे आलो. पती-पत्नी आणि संतती किमान इतकी माणसं तरी घरात असतात.

घरट्याचं व्यवस्थापन ही जबाबदारी बहुतांश घरातील स्त्रीवर असते. आदिमानवाच्या काळात देखील गुहेत राहणाऱ्या स्त्रीकडे भरणपोषण, संवर्धन, संरक्षण, व्यवस्थापन ही जबाबदारी होतीच. काळ बदलला, गुहेतून सुरक्षित चार भिंतीत राहू लागलो तरी कर्त्या स्त्रीला घरं आणि त्यातील जबाबदाऱ्या आजही सांभाळाव्या लागत आहेत.

प्रश्न असा आहे, एवढी कर्तव्य करणारी स्त्री आरोग्य संपन्न आहे का? तर दुर्दैवाने याचे उत्तर नकारात्मकच येते.

स्त्री पुरुष समानता सर्वत्र आणण्याचा प्रयत्न आपण करतो. पण आरोग्याचा प्रश्न आला की ही बाब आपण आणि खुद्द ती स्त्री दुर्लक्षित करत असते. याचे कारण आपण अजूनही आपली मानसिकता पूर्णतः बदललेली नाही.

अशिक्षित असो वा सुशिक्षित, शहरी असो वा ग्रामीण, स्त्रिया आपल्या आरोग्याबाबत तेवढ्या जागरूक नाहीत. आर्थिक दृष्ट्या सक्षम असणाऱ्या, नोकरी करणाऱ्या स्त्रिया देखील आरोग्याबाबत हेळसांड करतात.

शिक्षणाचा प्रसार सर्वत्र झाला, मुली शिकल्या, अर्थाजन करू लागल्या, घर, संसार, करिअर सांभाळू लागल्या यासाठी त्यांचे कौतुक आहेच. या धावपळीत स्वतःचे आरोग्य त्यांच्याकडून दुर्लक्षित झाले याची किंमत पुढे त्या कुटुंबालाच मोजावी लागते.

शेतीप्रधान समाज व्यवस्थेत पूर्वी कामाची विभागणी केली होती. स्त्रियांना अंगमेहनतीची कामे असायची. त्यात त्यांच्या आरोग्याचा विचार पूर्वासुरींनी केला होता. स्त्रियांनी कोणते दागिने घालायचे, कपडे कसे घालायचे, ऋतुनुसार आहार, गर्भारपण, बाळंतपण या काळातील घ्यावयाची काळजी, काटेकोरपणे पाळली जात होती.

समाजात एकोपा होता. कुटुंबात एकोपा होता. त्यामुळे आत्मिक समाधान असायचे. मनं मोकळं करायला माणसांचा राबता असायचा. 'भीड मे अकेला' अशी मनाची एकाकी अवस्था नसायची. मनःस्वास्थ्य चांगल असले की शरीर स्वास्थ्य अबाधित राहते.

बदलत्या काळानुसार माणसं दुरावली. हातात पैसा आला, सोयी सुविधा वाढल्या, पाटा-वरवंट्याच्या जागी मिक्सर, कुकर, गॅस सगळं सगळं आलं. जीवन ऐषारामाचं आणि सुखाधीन झालं. याचा एक परिणाम असा झाला की, स्त्री आरोग्याच्या समस्या प्रचंड वाढत गेल्या. आहारातील बदल तर भयावह आहेत. सौंदर्याची परिमाणं बदलली.

सदृढ शरीरापेक्षा सुंदर कचकड्याच्या बाहूल्यांची मागणी वाढली. याचा परिणाम आहारावर झाला आणि त्यानंतर आजार वाढू लागले.

स्त्रियांमधील मुख्य आजार म्हणजे ॲनिमिया, स्थूलता, हृदय विकार, मधुमेह, कॅन्सर ईत्यादी ईत्यादी.

आजाराबाबत गरीब-श्रीमंत, सुशिक्षित-अशिक्षित असा भेद नाही. या स्त्रियांनी शरीराकडे दुर्लक्ष केले की आजार बळावतो. परिपूर्ण कुटुंबातील 'पाठीचा कणा' असलेली स्त्री जेव्हा आजारी पडते, तेव्हा त्या कुटुंबावर त्याचा दुष्परिणाम दिसायला लागतो. सध्या भारतासारख्या विकसनशील देशात शिक्षणाचा प्रसार वाढला तरी आरोग्याबाबत जनजागृती म्हणावी तितकी झाली नाही. ही खेदाची गोष्ट आहे.

आजार अंगावर काढण्याकडे बहुसंख्य स्त्रियांचा कल असतो. 'मला काय झाले आहे?' या विचाराने घरगुती औषधे घेतं, आजार बरा करण्याकडे त्यांचा कल असतो. जीवघेण्या आजारांची पूर्व सूचना काही वेळेस बारीक-सारीक तक्रारींतून मिळत असते.

ही धोक्याची वाजणारी घंटा नेहमी दुर्लक्षित होते आणि संबंधित आजार बरा न होण्याच्या पायरीवर पोहोचलेला असतो. यानंतर अक्षरशः त्या कुटुंबाची ससेहोलपट होते.

स्त्रियांचे शिक्षणाचे प्रमाण वाढले, त्या उच्चशिक्षित झाल्या तरी स्वतःच्या **आरोगयाबाबत** त्यांच्याकडे ज्ञान नसते. कधी त्या जाणून घ्यायचा प्रयत्नही करत नाहीत.

कुटुंबाचा महत्त्वाचा घटक म्हणजे 'आई'. सगळ्यांची काळजी वाहणारी आई, ही स्वतःकडे दुर्लक्ष करते. याचे कारण म्हणजे वैद्यकीय उपचारात होणारा अवाढव्य खर्च ऐकून माहीत असतो.

एखादा आजार निघाला तर कुटुंबाचे काय? म्हणून स्त्रिया तिकडे दुर्लक्ष करतात. परंतु डोळे मिटून घेतल्याने संकट निवारण होणार आहे का? याउलट वेळीच उपचार केले तर पुढच्या संकटाची मालिका संपुष्टात येऊ शकेल.

परंतु आजारपणात विश्रांती घ्यावी लागेल, कामाकडे दुर्लक्ष होईल, असे अनेक नकारात्मक विचार मनात आधीच घर करून बसतात.

त्यात मित्र मैत्रिणी, शेजारी, इतर नातेवाईक अर्धवट आणि चुकीची माहिती देतात. त्यामुळे धीर खचतो आणि भीतीचे सावट वाढत जाते, आरोग्याकडे अधिक दुर्लक्ष होते.

स्तनाचा, गर्भाशयाचा कॅन्सर हा फर्स्ट स्टेजला ओळखला गेला तर उपचाराने ती स्त्री बरी होऊ शकते. चाळीशीनंतर दरवर्षी संपूर्ण शारीरिक तपासणी केली जावी. यावरील माहिती वाचून अशी लक्षणे आढळल्यास स्त्रीरोगतज्ञास भेटावे. जरूरी नाही आढळणारी प्रत्येक गाठं कॅन्सरचीच असेल!

कोणताही आजार झाला तरी मनोबल ढासळू देऊ नये, जेणेकरून आजाराशी झुंज देताना डॉक्टरी प्रयत्नांना साथ मिळेल.

प्रत्येक स्त्री ही सुंदरच असते! कारण ती परमेश्वराची निर्मिती आहे. म्हणून सदृढ आणि कार्यक्षम राहण्याचा प्रयत्न करावा, म्हणजे आजारांना शरीरात शिरकाव करता येणार नाही. वजन वाढू देऊ नये, नियमित व्यायाम करावा, सकस आहार घ्यावा.

आईकडील आणि वडिलांकडील आजाराची माहिती ठेवावी. त्याप्रमाणे मधुमेह, रक्तदाब, हृदयविकार यासंबंधी काळजी घेता येईल. काही आजारांचा प्रादुर्भाव टाळता येऊ शकतो.

सध्या चिंतित करणारा आजार म्हणजे मधुमेह! अनुवंशिक, सदोष जीवनशैलीचा परिणाम आणि इतर कारणामुळे अगदी लहान वयात देखील स्त्रियांमध्ये मधुमेहाचे प्रमाण वाढले आहे. जर १० स्त्रियांची तपासणी केली तर त्यातील एकीला हा आजार असतो.

'मला कशाला डायबिटीस होईल ?' या विचाराने अनेकजणी तपासणी करत नाहीत आणि एके दिवशी मधुमेह झाल्याचे रिपोर्ट वरून कळते.

बहुतांश स्त्रीयांना मधुमेह असतो, रक्तदाब असतो. त्याच्याकडे त्या दुर्लक्ष करतात. मधुमेह हा छुपा आजार आहे. त्याची ४०-४५ च्या वयात नियमित तपासणी करून घ्यायला हवी. या काळात रजोनिवृत्ती सुरू होते.

हार्मोन्सच्या बदलामुळे स्त्रियांचे वजन वाढते. पोटावर चरबीचा थर जमा होतो. वेळीच काळजी घेतली नाही तर जीवावर बेतू शकते. हल्ली गर्भवती महिलांनीही मधुमेह असल्याचे आढळले आहे. मधुमेह आणि रक्तदाब असलेल्या स्त्रियांना हृदयविकार होण्याची शक्यता जास्त असते. मधुमेह झाला की, ती आयुष्यभराची सोबत असते.

मधुमेह कधी पूर्ण बरा होत नाही. तो ताब्यात ठेवावा लागतो.

स्त्रियांना कॅन्सर होतो आणि त्यात त्या मृत्यू पावतात असा चुकीचा समज आहे.

नियमित तपासण्या करून आपणच ठरवू शकतो, आपले आरोग्य आणि आपले जीवन कसे असायला हवे? खर्च होईल, वेळ वाया जाईल म्हणून सुरुवातीला एकटीने डॉक्टरकडे गेल्यास पुढील अनर्थ नक्कीच टळू शकतो.

कुटुंबात, नात्यात खेळीमेळीचे वातावरण असावे, अशी लक्षणे आढळल्यास त्या स्त्रीला डॉक्टरकडे जाण्यास प्रवृत्त करावे. काही आढळल्यास तिला धीर द्यावा. तुमच्या एका कृतीने एका कुटुंबाची वाताहत होणार नाही.

स्त्रियांनी देखील तज्ज्ञांचे ऐकावे. स्वतःच्या मनाला न पटणाऱ्या गोष्टी करू नये. औषधे पूर्ण घेणे, डॉक्टरांकडे फॉलो-अपला जाणे हे त्यांनी करायलाच हवे. बऱ्याचदा औषधे नियमित घेतली जात नाहीत त्याचे दुष्परिणाम आढळून येतात.

स्त्रीला आजार कोणताही असो. सकारात्मक विचार ठेवून तिने औषधे, उपचार, आहार घ्यावेत. अमरपट्टा कोणीच बांधून आलेले नाही. आहे त्या परिस्थितीत जीवनाचा आनंद लुटावा. तणावमुक्त आयुष्य जगावे. ताण-तणावामुळे आजारांना निमंत्रण मिळत असते.

19

समुपदेशन - आजची गरज

जीवन ही एक लढाई आहे. जन्माला येणाऱ्या प्रत्येक जीवाला संघर्ष करावाच लागतो. आजूबाजूच्या प्राणी जीवनाकडे नजर टाकली तर त्यांचाही संघर्ष अव्याहतपणे चालू असलेला आढळतो. मानवाला तर प्रगल्भ मेंदू आणि विचार करण्याची क्षमता परमेश्वराने प्रदान केली आहे. वाणीमुळे आपल्या भावना आपण व्यक्त करू शकतो. मानव बुद्धीमत्तेच्या जोरावर श्रेष्ठ ठरतो.

हे सगळं खरं असलं तरी मेंदू आणि हृदय यांचा द्वंद कायम सुरू असतं. मन अर्थात हृदय भावनिक हेलकाव्यात गुंतलं की आंदोलने सुरू होतात.

भौतिक सुखात सगळं हवं ती मिळवण्याची धडपड असते. यातून 'थोडा है, थोडे की जरुरत है' असं वाटू लागते. ही थोडी जरुरत कधीच पूर्ण होत नाही, हा भाग वेगळाच!

त्याआशेवर पदरी निराशा पडते, या निराशेतून बाहेर पडावे लागते. जे लवकर बाहेर पडतात ते तग धरून राहू शकतात. जे यातून बाहेर पडू शकत नाही, अश्यांचे जीवन म्हणजे एक प्रश्नचिन्ह बनते. बऱ्याचदा या व्यक्ति टोकाचा निर्णय घेतात आणि अती नैराश्यामुळे आत्महत्येचा मार्ग चोखळतात. ही एक सामाजिक समस्या आहे.

काही वर्षापूर्वी सुशांत राजपूतच्या जाण्याने आपल्याला प्रचंड धक्का बसला. यावरून चर्चादेखील होत होत्या. तरी देखील त्याच्या अकाली जाण्याने त्याच्या चाहत्यांच्या मनावर ओरखडा उमटवून गेले.

मानसिक आरोग्याची काळजी ही काळाची गरज आहे. दैनंदिन जीवनात अनेक प्रकारच्या समस्या उद्‌भवतात. प्रत्येकालाच वेगवेगळ्या आव्हानांना सामोरे जावे लागते. प्रत्येक कुटुंबातील व्यक्ती त्या समस्या सोडवण्याचा यथाशक्ती प्रयत्न करतच असतात.

ज्येष्ठ अनुभवी, जाणत्या व्यक्तींचा सल्ला शिरोधार्थ मानला जातो आणि समस्या घरातच चुटकीसरशी सुटू शकते. कधी शेजारी मदतीस येतो, कधी मित्रमंडळी मदत करतात, तर कधी नातेवाईक पुढाकार घेतात.

ज्या व्यक्तीला जीवनात येणाऱ्या विविध प्रसंगांना आणि भावनांना समर्थपणे, सहजपणे सामोरे जाण्याची कुवत असते, अश्या व्यक्तीला मानसिक स्वास्थ्य लाभलं असं आपण म्हणूच शकतो. कधीकधी व्यक्ती समस्यांनी घेरली जाते. नेहमीच मार्ग सापडतात असे नाही. सर्वच व्यक्तींना सर्वच प्रसंगांना धीराने तोंड देता येते असेही नाही.

वय,जात, पात, लिंग, आर्थिक परिस्थिती, शिक्षण या कशाचाही संबंध येत नाही. तुमचं मन किती खंबीर आहे? यावर सगळं अवलंबून असते. ऑक्टोबर महिन्यात मेंटल हेल्थ वीक (Mental Health Week) सर्वत्र पाळला जातो. मानसिक आरोग्याची समस्या जगात सर्व दूर आहे. त्यात गरीब श्रीमंत भेदाभेद नाही.

मानसशास्त्रज्ञांच्या मदतीने यावर तोडगा निघू शकतो. पण शारीरिक आजार झाल्यावर जसे आणि जितक्या तत्परतेने आपण डॉक्टरकडे धाव घेतो तसे मानसिक आजारात होत नाही. मुळात मानसिक आजार आहे हेच लोकांना कळत नाही. कधी कधी तो स्वभावाचा एक भाग म्हणून ती कृती पाहिली जाते.

वस्तूतः ती व्यक्ती मानसिक आजाराने पिडलेली असते. मानसशास्त्रज्ञांची मदत फक्त वेड लागल्यावरच घ्यावी लागते. किंबहुना वेड्या माणसांनाच मानसशास्त्रज्ञांकडे नेतात असे काही नाही.

आपल्याकडे खूप गैरसमज आहेत, शिवाय सामाजिक प्रतिष्ठेच्या आड ही गोष्ट येऊ शकते. सुशिक्षित समाजात हे गैरसमज आहेत मग ग्रामीण अशिक्षित लोकांबद्दल न बोललेले बरे!

एखाद्या मानसशास्त्रज्ञांकडे मुलाला अथवा मुलीला नेणे ही त्या कुटुंबावरची मोठी आफत असू शकते. मानसोपचारतज्ञांकडे न्यायला मुलगा / मुलगी वेडे थोडे आहेत. या समजूतीने वेळीच समस्या सोडवली जात नाही.

मुलांच्या वर्तन समस्या दुर्लक्षित राहिल्यास त्या कुटुंबाकडे आगामी काळात समस्यांचा डोंगर उभा राहणार असतो. अगदी गळयाशी येईपर्यंत पालक काहीही करत नाहीत.

शारीरिक आजारांवर ज्याप्रमाणे तात्काळ उपचार आवश्यक आहेत, त्याचप्रमाणे मानसिक आजारांवरही उपचार व्हायला पाहिजेत. शरीराच्या जखमा डोळ्यांना दिसतात, परंतु मनाच्या भळभळत्या जखमा कोणालाच दिसत नाही. असे घाव उरी बाळगूनच अनेक व्यक्ती जगत असतात.

दिसायला नॉर्मल वाटणाऱ्या व्यक्ती ॲबनॉर्मल असू शकतात. मानसिक समस्यांवर औषधोपचार होणे निकडीचे आहे. मनोरुग्ण अर्थात मानसिक दृष्ट्या आजारी रुग्ण.

हल्ली स्पर्धा प्रचंड प्रमाणात वाढली आहे. शिक्षण व्यवसायातील आव्हानं ही जीवघेणी आहेत. कितीतरी ताण तणावांना रोज सामोरे जावे लागते. जे समर्थपणे तोंड देऊ शकतात, अशा संयमी, शांतवृत्तीच्या लोकांना समस्या आल्या तरी त्यातून ते निभावून नेतात.

ज्यांच्यात असा संयम नसतो त्यांना नैराश्य, न्यूनगंड, वैफल्य येते. त्यांचा आत्मविश्वासही कमी असतो. पुढे पुढे त्या व्यक्ती 'आत्मविश्वास गमावलेल्या' होतात. परिस्थितीचे चटके त्या सोसू शकत नाही. त्यांच्यात भीती, ताण, चिंता, हिंसेची भावना, अस्थिरता, असुरक्षितता वाढीस लागते.

एखादी व्यक्ती बाहेर पडण्यासाठी म्हणून एखाद्या व्यसनाच्या आहारी जाऊ शकते. अशावेळी समस्येची उकल होण्याऐवजी समस्या आणखी अवघड बनवू शकते.

अशा व्यक्ती स्वतःचा विकास तर करू शकत नाही पण कुटुंबासाठी ‘अशा व्यक्ती - एक समस्या’ असते.

मानसोपचार ही काळाची फार मोठी गरज आहे. घराघरात संवादच होत नाही. प्रत्येक व्यक्ती तुटक तुटक वागते. नातीवरून चांगली दिसंत असली तरी आतून तुटल्यासारखी झाली आहेत. या नात्यांना समुपदेशनाची गरज असते.

समुपदेशन हे समस्याग्रस्त व्यक्तीसाठीच नाही तर कधीकधी आसपासच्या लोकांचेही होणे तितकेच आवश्यक आहे. त्या वातावरणाचा कळत नकळतपणे समस्याग्रस्त व्यक्तीवर फार मोठा परिणाम होत असतो.

मानसोपचारतज्ञ अथवा समुपदेशक हे त्या वर्तनसमस्येची उकल करण्याचा प्रयत्न करतात. समस्येच्या मुळाशी जाण्याचा त्यांचा प्रयत्न असतो. एखाद्या व्यक्तीला कोणता भावनिक त्रास आहे आणि त्यावर कोणती उपाययोजना करायला हवी, हे तज्ञ ठरवतात. क्वचित औषधे दिली जातात.

बहुतांशी आजार एकमेकांशी सामंजस्याने वागले तरीसुद्धा बरे होऊ शकतात. संवादाचा अभाव हे सुद्धा एक कारण असू शकते. हल्ली लोकं बोलून मोकळी होत नाहीत, मोकळी वागत नाही.

चाळीतून फ्लॅटमध्ये काय गेले तर रेशमाच्या किड्यासारखे स्वतःला कोशात गुरफटवून टाकले जाते. खोट्या प्रतिष्ठेपायी, पैशापायी, स्टेटसपायी, घराचं घरपण आणि माणसातील माणूस पण गेलं . याचे दुष्परिणाम असे झाले की, संघर्षासाठी लागणारी ऊर्जा मिळेनासी झाली.

प्रत्येक व्यक्तीला बोलायला, व्यक्त व्हायला कोणीतरी हवंच आहे. अन्न, वस्त्र, निवारा यासारखी ही एक गरज आहे. भावनिक अभिव्यक्तीसाठी योग्य मित्र अथवा मैत्रीण असणे ही खरी श्रीमंती ! अशा व्यक्तीला समस्या आल्या तरी यातून मार्ग काढता येतो.

आपल्या लोकांना आनंदी जीवन जगण्यासाठी प्रेरीत करायचे, हेच खरे पुण्य कर्म असेल! एखाद्याचा जीव नकोसा होईल अशी परिस्थिती घरात अथवा कामाच्या ठिकाणी नसावी. कुणाचीही मुस्कटदाबी होत असेल तर अशी परिस्थिती ओळखा.

'ती व्यक्ती जात्यात असते, तुम्ही सुपात असता'. परिस्थिती बदलायला वेळ लागत नाही, याचे भान ठेवून प्रत्येकाने जबाबदारीने वागावे. समाज अनेक घटकांचा मिळून बनलेला असतो.

बऱ्यावाईट घटनांचा परिणाम प्रत्येकावर होत असतो. शारीरिक आरोग्याची काळजी घ्यायला अनेक लोक हजर असतात. मानसिक आजार ओळखणं मुश्किल!

त्यात आपले अहंगड असतात. आपल्या माणसांपासून, नातेसंबंधांपासून तुटत जाणं किती क्लेशकारक असू शकेल? एखादी व्यक्ती आत्महत्या करायला का प्रवृत्त होते? जीवन संपवावं असं नेमकं कोणत्याक्षणी वाटत असेल?

सधन, उच्चशिक्षित, लाडाकोडात वाढलेले पण जीवनयात्रा संपवतात. जसं जीवन आपल्या हातात नाही तसं मरण देखील नाही. परमेश्वराने हा अधिकार आपल्या स्वतःकडे अबाधित ठेवला आहे.

ईश्वरी सत्तेत अशी ढवळाढवळ आपण करू नये. आपल्या कुवतीनुसार जगण्याचा प्रयत्न करावा. बुद्धीचं वरदान मिळालेल्या मनुष्यावर परमेश्वराचे प्रेम जास्त आहे. त्याची ही सर्वोत्कृष्ट निर्मिती आहे. दिवसेंदिवस मानसिक आजार/आत्महत्या वाढत आहेत.

२१ व्या शतकात सर्वात मोठा आजार म्हणून याकडे बोट दाखवलं जातं. तणावग्रस्त व्यक्तींसाठी शासन प्रयत्न करणारच आहे, परंतु तुमच्या संपर्कात आलेल्या व्यक्तीला निदान माणूस म्हणून वागवा म्हणजे त्याच्या नैराश्यातून भर पडणार नाही.

आपल्याकडून नकळतपणे घडलेली चूक एखाद्याच्या भावनेचा उद्रेक करू शकते. त्यामुळे स्वच्छ प्रामाणिक जगा, तसा विचार करा, कोणाला फसवू नका, स्पष्ट बोला त्यातून समस्या निर्माण होणार नाही.

'करोना आणि लॉकडाऊन' यातील मृत्यूचे प्रमाण चिंता करणारे होते. त्याच्याही पेक्षा घराघरातील मानसिक हिंसा अत्याचार त्यातून होणाऱ्या आत्महत्या जास्त उद्विग्न करतात.

'जगा आणि जगू द्या' हे तत्व आता आपण अनुसरायला हवे नाही का?

www.ingramcontent.com/pod-product-compliance
Lightning Source LLC
LaVergne TN
LVHW021159160826
845679LV00024B/2161

* 9 7 9 8 8 9 6 3 2 5 5 7 4 *